கல்ப பிரம்மா

திரையில் ஒரு பிரபஞ்சம் – அறிவியல் புனைவு நாவல்

பா. வெங்கட்குமார்

நன்றி

தாய்
தந்தை
குரு
தெய்வம்

திருமதி.லட்சுமி பத்மநாபன்
திருமதி.சாதனா வெங்கட்
திருமதி.வந்தனா ஆனந்த்
திருமதி.அ.சந்தான லட்சுமி
திரு.ஏ.அமிர்தலிங்கம்
திரு.விக்னேஷ் - ஆர்ட்
திரு.விஜயபாஸ்கர் சந்தானகிருஷ்ணன்
திரு.யுவராஜ்
திரு. பால்ராஜ் ஸ்ரீனிவாசன்

சமர்ப்பணம்

கதை, கதாபாத்திரங்களுக்கு

எழுத்து

கதை, கதாபாத்திரங்களுடன்
பா.வெங்கட் குமார்

பொறுப்பு துறப்பு

இந்த கதையில் வரும் அனைத்து கதாபாத்திரங்கள், கதாபாத்திரங்களின் பெயர், இடங்கள், நிகழ்வுகள், நிறுவனத்தின் பெயர் மற்ற அனைத்து பெயர்கள், கருத்துக்கள் அனைத்தும் கற்பனையே. இவை எந்தவொரு வாழும்/வாழ்ந்த நபர், நிகழ்வு அல்லது இடத்தோடு ஒத்திருந்தால் அது முற்றிலும் தற்செயலானது. இந்த கதை/காட்சிகள்/வசனங்கள் ஆகியவை மூலம் எந்த ஒரு நபர்கள், பாலினம், மொழி, மதக்குழுக்கள், சமூகம், அமைப்பு, தொழில்கள், குடியுரிமை, அல்லது எந்த விதமான நம்பிக்கைகளை உடையவர்களின் உணர்வுகளை காயப்படுத்தும் நோக்கத்தை கொண்டிருக்கவில்லை.

இந்த கதையின் உள்ளடக்கத்தை அடிப்படியாகக் கொண்டு, படிப்பவர்கள் மற்றும் எந்த மூன்றாம் தரப்பினர் எடுக்கும் எந்த ஒரு முடிவுகளும், அவரவர்களின் சுய விருப்புரிமை மற்றும் தன்னிச்சையானதாகும், கதாசிரியர் மற்றும் பதிப்பாளர்கள் எந்த விதத்திலும் அதற்கு பொறுப்பாளர்கள் ஆகமாட்டார்கள்.

இப்படிக்கு,

பா. வெங்கட் குமார்

முன்னுரை

படைத்தவன், படைக்கப்பட்டவன் யார்? என்ற கேள்வியை முன் வைத்து.

இந்த பிரபஞ்சம், பிறவிகளின் சுழற்சி, மாயை, பற்றிய விஷயங்களைச் சேர்த்து, அதனுள் அறிவியலும், ஆன்மீகமும் கதாபாத்திரங்களில் கலந்தால் எப்படி இருக்கும் என்ற கற்பனை கதையே இந்த நாவல்.

அறிவியலில் நாம் அறிந்த - காலப்பயணம், வரலாறு திரும்புதல், பட்டாம்பூச்சி கோட்பாடு போன்றவற்றை இணைத்து, கர்மா, முற்பிறவியின் தொடர்ச்சி, மாய தோற்றம் போன்றவைச் சேர்த்து உருவாகி உள்ளது இந்தக்கதை.

கதையும், கதாபாத்திரங்களும், எழுதுபவரைத் தேர்ந்து எடுத்துக் கதைச் சொல்லி இருக்கிறார்கள் என்றே சொல்ல வேண்டும். அந்த வகையில், என் எழுதுகோலைப் போல நானும் ஒரு கருவியே!.

இந்த கதையோடும், கதாபாத்திரங்களோடும், பயணித்த அனுபவம் வாழ்க்கைக்கான தத்துவ தேடலையும், அதே சமயம் ஒரு நிறைவையும் தந்து. அந்த அனுபவம் படிக்கும் வாசகர்களுக்கும் ஏற்படும் என்றே நம்புகிறேன்.

நல்ல அனுபவங்களும், தேடலும் தொடரட்டும்.. கதையில் பயணிப்போம்...

இப்படிக்கு,

கதை, கதாபாத்திரங்களுடன்,

பா. வெங்கட் குமார்

Contents

எதிர்பாராத நிகழ்வு

அற்புதமான விடியற்காலை அது. ஆனந்தமான மனநிறைவுடன் சஞ்சயா கண்விழித்தாள். இப்படி மனநிறைவுடன் தூங்கி பல மாதங்கள் ஆகியது. ஒரு படத்திற்கு அஸோஸியேட் டைரக்டர் ஆக இருப்பது என்பது உடல்ரீதியாகவும் மனரீதியாகவும் நம்முடைய சக்தியை அந்தப்படம் எடுத்துக்கொள்ளும்.

ஆடியன்ஸ் அந்தப்படத்தை பார்த்து கைதட்டி ஆரவாரம் செய்து ரசிக்கும் போது நூறு, ஆயிரம் மடங்கு சக்தி திரும்பி வரும். நான்கு வருட அயராத உழைப்புக்குப் பிறகு சென்ற வாரம் படம் ரிலீஸ் செய்து அனைத்துத் தரப்பினரிடம் நல்ல வரவேற்பைப் பெற்று சூப்பர்ஹிட் படமாக ஓடிக்கொண்டிருந்தது.

இன்று, இயக்குனர் டீமுக்கு அசிஸ்டன்ட், அஸோஸியேட் டைரக்டர் மற்றும் தொழில் நுட்ப கலைஞர் அனைவரைக்கும் டைரக்டர் ஜோஷி வெங்கட் கொடுக்கும் ட்ரீட். காலையில் இருந்து லேட் நைட் வரை ஒரு பீச் ரிசார்ட் புக் செய்யப்பட்டது.

டிம்மிடம் இருந்து அழைப்பு வந்தது.

"ஆஹ்.... மது! ஹாப்பி மார்னிங்" என்று கூறியபடி தொலைபேசி எடுத்தாள் சஞ்சயா.

மறுமுனையில் "என்ன அஸ்ஸோ (அஸோஸியேட் டைரக்டர்) எப்போதுமே போன் எடுத்தவுடனே அந்த ஷெடுயூல் என்ன ஆச்சு, பிளான் எ, பிளான் பி என்று உசுர வாங்குவீங்க! இன்னிக்கு பார்ட்டி பிளான் ரெடியா."

"ஏய்! மது கம் ஆன் யார்! அது வேற வாய்! பல மாசத்துக்கு அப்பறம் நல்ல தூங்கினேன்."

"நானும் தான். அந்த கேரக்டர் எப்ப வருவான், இவன் எப்ப வருவான், டெய்லி சூட்டிங் நடக்குமா, நடக்காதா?, ஒரு பக்கம் டைரக்டர் கத்த.. நீங்க திட்ட.... அப்பப்பா... எங்கயாவது இதையெல்லாம் விட்டுட்டு ஓடிடலாமான்னு தோணும், ஆனா அடுத்த ஷாட் ரெடியானதும், அதெல்லாம் துடைச்சு போட்டுட்டு புதுசா ரெடியாகிடுவோம்."

"உம்... ம்... அதான் சினிமா..." சஞ்சயா போன் பேசியபடியே ஹாலுக்கு வந்தாள்.

"ஓகே! மது... பார்க்கலாம், மார்னிங் 10 ஒ கிளாக் அங்க இருப்பேன்." என்று போனைக் கட் செய்து, ஹாலில் ஒரு கையில் காபியும், ஆழ்ந்த சிந்தனையுமாக இருந்த அப்பாவைப் பார்த்து கொண்டே.

"Mr.சைகார்டிஸ்ட் & ரைட்டர் (Psychiatrist & Writer) சகாதேவன்! அடுத்த நாவல் எழுத தொடங்கிட்டீங்களா.."

டேபிள் பக்கத்தில் ஒரு நோட்டில் பாதி எழுதப்பட்டு இருந்தது.

"எஸ்! என்னோட அடுத்த நாவலுக்கு ஐடியா நோட் பண்ணிட்டு இருக்கேன்."

"என்னப்பா, நம்ம படம் பார்த்தீங்களா?"

சகாதேவன், "இன்னிக்கு போறேன். நம்ம கிளினிக்ல சில டாக்டர்ஸ் கூட சேர்ந்து போறேன். உங்க டைரக்டர் ஜோஷி எப்படி இருக்கார்."

சஞ்சயா, "ஹ்ம்.. வெரி ஹாப்பி! படம் ரிலீஸ் ஆகுறதுக்குள்ள மனுஷன் ஒரு மார்க்கமாகிட்டார்."

சகாதேவன், "ம்.. உன்னோட அடுத்த பிளான் என்னம்மா.. என்ன செய்ய போற."

சஞ்சயா, "ஆமாம்..பா... நான் இப்ப டைரக்ஷனுக்கு ரெடி. டைரக்டர் கிட்டயும் சொல்லிட்டேன். அவரும் நல்ல தயாரிப்பாளரை ரெபர் பண்றேன்னு சொல்லி இருக்காரு. நிறைய ஐடியாஸ், திரைக்கதை எழுதி வச்சுருக்கேன். ஆனா அதெல்லாம் விட்டுட்டு புதுசா ஆரம்பிக்க

போறேன்.."

என்று அவர்கள் பேசிக்கொண்டிருக்கும் போதே ஜன்னல் வழியே மரச்செடி ஒன்றில் பட்டாம்பூச்சி சுற்றி வருவதைப் பார்த்தாள்.

சஞ்சயாவின் கவனம் அங்கே சென்றது, உடனே சகாதேவனும் பார்த்தார்.

மிக அழகான பெரிய பட்டாம்பூச்சி, அதன் மேலே ஒரு ஒளி வட்டம் இருந்தது இருவரையுமே ஆச்சரியத்தில் ஆழ்த்தியது.

"ஒரு பெரிய ஆரம்பத்தின் தொடக்கமாக இருக்குமோ." என்று சகாதேவன் சொன்னார்.

"எப்படி அப்படி சொல்றீங்க! "

"கேயாஸ் தியரி... பட்டர்பிளை எபெக்ட் (பட்டாம்பூச்சி விளைவு)" என்றார் சகாதேவன்

"ஹ்ம்... இருக்கலாம்" என்றாள் அந்த பட்டாம்பூச்சியைப் பார்த்தபடி...

இவர்கள் நினைத்துக் கூட பார்க்காத, கற்பனைக்கு அப்பாற்பட்ட விஷயம் ஒன்று நடக்கப் போகிறது என்று இவர்களுக்குத் தெரிய வாய்ப்பில்லை.

•••

குறிப்பு:

கேயாஸ் தியரி - பட்டர்பிளை எபெக்ட் (பட்டாம்பூச்சி விளைவு) - என்பது, ஒரு கணித

கருத்துரு. ஓர் இயங்கியல் அமைப்பில் (dynamical system) நுண்ணிய தொடக்கநிலை வேறுபாடுகளே (small variationss of the initial condition) அமைப்பின் நீண்ட கால இயக்கத்தில் பெரிய வேறுபாடு கொண்ட விளைவுகளை ஏற்படுத்தலாம் என்பதுவே பட்டாம்பூச்சி விளைவின் சாரம்.

உதாரணத்துக்கு - ஒரு பட்டாம்பூச்சி பறப்பதற்கும், பூகம்பம் வருவதற்கும் சம்பந்தம் இருக்கலாம் என்பது.

எப்போதோ உருவான பிரபஞ்சத்திற்கும், இப்போது இருக்கும் நமக்கும் உள்ள தொடர்பு போல.

—❖❖—

நிகழ்காலம்
எதிர்பாராத நிகழ்வு

சஞ்சயாவின் கார் அந்த ரிசார்ட் உள்ளே நுழையும் போது காலை 10:30 மணி. காரை பார்க்கிங்கில் நிறுத்தி, டிராபிக்கில் ஓட்டி வந்ததற்கு ஒரு பெருமூச்சு விட்டு காரில் இருந்து இறங்கினாள்.

லைட் ப்ளூ ஜீன்சும், பளிச் என்று ஒயிட் ஷர்ட் அணிந்திருந்தாள். காதில் சில்வரில் ஒரு பெரிய ஹாங்கிங் இயரிங் கவனத்தை ஈர்த்தது. கழுத்தில் மெல்லிய ஒரு செயின், வலது கையில் ஒரு பிரேஸ்லெட் இடது கையில் ஒரு ஸ்போர்ட்ஸ் வாட்ச், பிரீ ஸ்டைலில் முடியை பறக்க விட்டு ஒரு பெரிய புன்னைகையுடன் நடந்து வந்தாள்.

"வாவ்! சிம்பிள் அண்ட் செக்ஸி" என்று மது கூறினாள்.

அதற்கு தமஸ்அப் செய்கை செய்த சஞ்சயா, அனைவரையும் ரிலாக்சான ஜாலியான ஒரு சந்தர்ப்பத்தில் பார்ப்பது மகிழ்ச்சியாக இருந்தது.

சிலர் கூட்டமாக பேசிக்கொண்டிருந்தார்கள். சிலர் ஒரு பார்க் போன்ற இடத்தில் வாலிபால் விளையாடிக்கொண்டிருந்தார்கள். எல்லோரையும் பார்க்கும் போது ஷூட்டிங் ஸ்பாட் ஞாபகத்திற்கு வந்தது. அனைவரும் பரபரப்பாக இயங்கிய நேரமும், இப்போது ரிலாக்ஸாக இருக்கும் நேரத்தையும் மனம் சம்மந்தப்படுத்தி பார்த்தது. இந்த இரண்டையும் நிர்ணயம் செய்வது யார்? என்று தோன்றியது.

டைரக்டர் ஜோஷி வெங்கட்டும் மற்ற டீம் நண்பர்களும் வந்தார்கள். டைரக்டர் மிக சந்தோஷமாக இருந்தார். வெளியே காண்பித்துக் கொள்ளவில்லை. முகம் மலர்ந்து இருந்தது, அடர்த்தியான தலைமுடி. ஆங்காங்கே வெள்ளை முடி, குறுந்தாடி, மாநிறம், சராசரி 5'11 உயரம் நல்ல சிந்தனை, உயர்ந்த எண்ணம், மிகவும் கஷ்டப்பட்டு சினிமாதுறைக்கு வந்தவர். நாற்பத்தி எட்டு வயது "அன் எலிஜிபில் பேச்சுலர்" என்று தான் கூற வேண்டும்.

"ஏய் சஞ்சயா.. உன் பாய் பிரெண்டுடி" என்று மது கண்ணடித்தாள்.

"ஹேய்....." என்று கோபப்படுவது போல் நடித்தாள் சஞ்சயா.

அது விளையாட்டாக சொல்வது. என்னை விட 20 வயது பெரியவர். கல்லூரி முடித்து அசிஸ்டன்ட் டைரக்டராக இவருடன் பயணம்

தொடங்கியது 'எ ஜென்டில்மேன்' என்று தான் கூற வேண்டும். புகைபிடிப்பதை தவிர வேறு எந்த பழக்கமும் இல்லை.

இந்த டீம், நண்பர்கள், இவர்களை எல்லாம் விட்டு பிரிய போவதை நினைத்து மிகவும் வருத்தமடைந்தாள்.

ஜோஷி வெங்கட் சஞ்சயாவின் முகத்தைப் பார்த்து புரிந்து கொண்டார்.

"என்ன சஞ்சயா, ஆழ்ந்த யோசனையில் இருக்க? எனக்கு புரியுது, நான் என் டைரக்டரை விட்டு வரும் போதும் அப்படித் தான் இருந்தது. நம்ப வாழ்க்கைப் பயணத்தை நோக்கி போகும் போது சில விஷயங்களைக் கடந்து தான் போயாகணும்."

"ஆமாம்!" என்று தலையசைத்த சஞ்சயாவிற்கு கண்களின் ஓரம் கண்ணீர் அணைக் கட்டி நின்றது.

"ஏய்! என்ன இது... என்னையும் அழவச்சுடுவ போல இருக்கே.. இரண்டு பேருமே பயணத்தை ஒண்ணா ஆரம்பிச்சோம் என்னோட முதல் படம், உனக்கு முதல் வேலை. இந்த வெற்றி உன்னோடதும் தான். என்னோட நெருங்கிய நட்பு வட்டாரத்தில் நீயும் ஒன்று. என் ஆபிஸ்க்கு எப்ப வேணுமானாலும் வரலாம். உன் நேரம் பொறுத்து அடுத்த படத்துக்குக் ஜெந்த டிஸ்கஷனுக்கு வா.. ஓகே! ஆமாம் உன்னோட படத்துக்குக் கதை,

ரெடியா" என்று கேட்டு அவள் எண்ணத்தைச் சற்று மாற்ற முயற்சித்தார் ஜோஷி வெங்கட்.

அதை புரிந்து கொண்ட சஞ்சயா.. "நிறைய ஐடியாஸ் எழுதி வச்சிருக்கேன். ஒரு புஃல் ஸ்கிரிப்ட் இரண்டு ரெடி பண்ணேன், ஆனால் அதெல்லாம் திருப்திகரமாக இல்லை அதனால புதுசா முதல்ல இருந்து ஆரம்பிக்கப் போறேன்."

"குட்! பொறுமையா நிறைய டைம் எடுத்துக்கோ முதல் படம் எப்போதுமே ஸ்பெஷல் தான்." பேசிக் கொண்டிருக்கும் போதே மற்ற டீம் நண்பர்களும் வந்தார்கள்.

"ஜோஷி…. சியர்ஸ் ஆரம்பிக்கலாமா என்றார்கள்" சில பேர்.

"ஏய்! அது ஈவினிங் …… தனி….. இப்போ மற்றவர்களுக்கு எல்லாம் கேம்ஸ், அதர் திங்ஸ் இருக்கு. எஞ்ஜாய்.. ரிலாக்ஸ்.."

"ஜோஷி! சரக்கா… நீங்களுமா? "என்றாள் சஞ்சயா.

"நோ! இவர்களுக்கு கம்பெனி தரேன்.. ஐ ஹவ் சிகார், அப்பறம் உங்க அப்பா குடுத்த ஸ்மோக்கிங் பைப் இருக்கு." என்றார் ஜோஷி.

அந்த இடமே சிரிப்பும், விளையாட்டுமாய் குதூகலமாக இருந்தது. அன்றைக்கு இசை, ஆட்டம் இதெல்லாம் விடுத்து விளையாட்டிற்கு முக்கியத்துவம் கொடுத்தார்கள்.

வானத்தில் எங்கோ... ஒரு கழுகு பறந்து கொண்டிருந்தது. ஒரு காகம், மரத்தின் மேல் இருந்து அதை கவனித்துக் கொண்டிருந்தது. அந்த மரத்தின் மறுபக்கம் ஒளி வட்டம் உடைய அந்த பட்டாம்பூச்சி சுற்றிக் கொண்டிருந்தது.

பீச் ரிசார்ட்டில் பகல் பொழுது ஆட்டம், மதியம் நல்ல வகைவகையான அனைத்து விதமான சாப்பாடு, சிறிது நேரம் பேச்சு, சிறிது நேரம் கடலோரம் நடந்து செல்லுதல் என்று கழிந்தது. அற்புதமான வானிலை அமைந்தது, சூரியனும் சற்று ஓய்வில் இருந்தது போல.

மாலைப்பொழுது நெருங்கிக் கொண்டிருந்தது. ஜோஷி தரும் மது விருந்திற்கு சிலர் காத்திருந்தார்கள். சிலர் வேறு வேலையாக புறப்பட தயாராக இருந்தார்கள்.

சஞ்சயாவும், மதுவும், கடற்கரையோரம் நின்று கடல் அலையை பார்த்துக் கொண்டிருந்தார்கள். எத்தனை முறை பார்த்தாலும் அதன் பிரம்மிப்பு குறையவில்லை. தன் அம்மாவுடன் கடற்கரைக்கு வந்த ஞாபகங்கள் மனதில் வந்தது. கடந்து போன காலமும், மனிதர்களும் திரும்ப வரமாட்டார்கள் என்று மனதில் தோன்றியது.

கடல் அலைக்கு மேல் வானத்தில் ஏதோ சென்று கொண்டிருந்தது. முதலில் அது விமானமாக இருக்கும் என்று சரியாக கவனிக்கவில்லை. சற்று உற்று பார்க்கும்போது

அதன் கட்டமைப்பு விமானம் போல் இல்லாமல், நீளமான தட்டு வடிவில் இருந்தது.

சஞ்சயா ஆச்சரியமாக பார்த்துக்கொண்டே "ஹேய்... மது.. அங்க பாரு அது என்ன! "என்றாள்.

மது சஞ்சயா கூறிய திசையை பார்த்து, "விமானம் போல் இருக்கு..." என்று இழுத்து... "ஹேய் அது விமானம் இல்ல.... யூ.எப்.ஓ (U.F.O- unidentified flying object) பறக்கும் தட்டு மாதிரி இருக்கு இல்ல என்றாள் மது.

"ஹேய்ய.. ஆமாம் ஆமாம்!" என்று கூறி தன் மொபைல் எடுத்து வேகமாகப் போட்டோ எடுத்தாள். அந்தப் பறக்கும் தட்டு, சற்று தொலைவில் நின்று கொண்டிருந்தது தெரிந்தது. சஞ்சயாவின் அழைப்பில் சிலர் வந்து பார்த்தார்கள். வானத்தில் அது நகர்ந்து சென்றது.

——◆◆——

குறிப்பு:

வானில் அவ்வப்போது காணப்படும் இனம் விளங்காத நடமாடும் பொருட்கள் UFO-- பறக்கும்தட்டு எனப்படுகிறது. வேற்றுலக வாசிகளின் வானூர்திகள் என்றும், உலகத்தை வேவு பார்க்க அவர்கள் இவ்வாறு வருகை தருகின்றனர் என்றும் பரவலாக நம்பப்படுகிறது

——◆◆——

சஞ்சயாவிற்கு ஆர்வம் அதிகமானது. "ஹேய்! மது அந்தப் பக்கம் போகுது? உன் பைக் எடு போவோம். கொஞ்சம் கிட்ட போய் பார்க்கலாம்." என்றாள்.

இன்னும் சிலர் நாங்களும் வரோம் என்று புறப்பட்டனர்.

டைரக்டர் ஜோஷியிடம் அதைக் காண்பித்துப் புறப்பட்டார்கள்.

ஜோஷியும் ஆர்வமாக இருந்தார் ஆனால் சிலர் பார்ட்டிக்கு காத்துக்கொண்டு இருந்ததினால், அங்கேயே இருந்து விட்டார்.

ஹேய்! பார்த்து போங்க! வீட்டிற்குப் போய் வாட்ஸ்அப் அனுப்புங்க "என்று சத்தமாகக் கூறினார்.

"ஒகே! "என்று அவசரமாகக் கைக்காட்டி விட்டு மது மற்றும் சஞ்சயாவும் ஒரு பைக்கில், மற்றவர்கள், பைக்கும், காரும் எடுத்துக் கொண்டனர்.

சஞ்சயா தன் காரை இன்னொருவரிடம் கொடுத்து, "நீ ஓட்டிட்டு வா.. நான் மது கூட பைக்ல போறேன். அப்போ தான் அந்த யூ.எப். ஓவை வீடியோ எடுக்கலாம்" என்று கூறி வேகமாகப் புறப்பட்டார்கள்.

சற்று தூரத்தில் இருந்து இவர்கள் செல்வதைப் பார்த்துக் கொண்டிருந்தார் ஜோஷிவெங்கட்.

அப்போது ஒரு குறுஞ்செய்தி போனில் ஒலித்தது. மொபைல் போன் எடுத்துப் பார்த்தார். நடிகை "மாயா" விடம் இருந்து வந்த செய்தி.

"நான் பிரச்னையில் உள்ளேன்.. உங்களால் தான் "என்று அனுப்பப்பட்டிருந்தது.

உடனே கால் செய்தார்.. ரிங் போய் கொண்டே இருந்தது.

இவர் அசிஸ்டன்ட் அருகில் வந்து "சார்! எல்லாரும் வெயிட்டிங்" என்றார்.

ஏதோ யோசித்துக் கொண்டே, "எஸ்! யார் யாருக்கு என்ன வேணுமோ எல்லாரும் எடுத்துக்கோங்க." என்று கூறி பார்ட்டியில் அரை மனதுடனும் கலந்து கொண்டார்.

சஞ்சயாவும் மதுவும் சென்று கொண்டிருந்த அந்த சாலை விசாலமாக தான் இருந்தது. சஞ்சயா, மதுவின் பின் அமர்ந்து கொண்டு மொபைல் காமெராவை ஆன் செய்து வானத்தில் சற்று தூரத்தில் தென்படும் யூ.எப்.ஒ வை (பறக்கும் தட்டு) நோக்கி வீடியோ எடுத்து கொண்டிருந்தாள்.

"மது, இது என் அடுத்த படத்தின் கதைக் களமாக இருக்கலாம்" என்றாள் சஞ்சயா.

எதிர்காற்று வேகமாக அடித்தது.

"சஞ்சயா! அது என்ன அங்கேயே வானத்திலே நின்னுட்டு இருக்கிற மாதிரி தெரியுது." என்று

மது சத்தமாக பேசிக் கொண்டே வண்டியை வேகமாக ஓட்டினாள்.

சஞ்சயா பின்புறம் அமர்ந்து வீடியோ எடுத்தாள்....

வானத்தையும் பூமியையும் பார்த்தபடி வண்டி ஓட்டிக் கொண்டிருந்தாள் மது.

ஒரு சிறு பாலத்தின் முன் வந்த பெரும் பள்ளத்தை கவனிக்காமல் நிலைத் தடுமாறி பாலத்தின் ஓரம் இருந்த தடுப்பின் மேல் வண்டியை இடித்தாள் மது. வண்டியின் வேகத்தில் ஒரு பல்டி அடித்து விழுந்ததில் இரண்டு பேரும் தூக்கி அடித்து ஒரு சிறு பாலத்தின் கீழ் விழுந்தார்கள்.

சஞ்சயாவிற்கு பின் தலையில் பலத்த அடியும், உடம்பில் பலத்த காயம் ஏற்பட்டது.

பின்னால் வந்தவர்கள் சற்று சுதாரித்துக் கொண்டு வண்டிகளை ஓரம் நிறுத்தி இவர்களை மீட்க சென்றனர்.

அனைத்து வாகனமும் அப்படியே சற்று நின்றது. அந்த யூ.எப்.ஒ என்ன ஆனது என்று யாரும் கவனத்தில் கொள்ளவில்லை. சஞ்சயாவையும், மதுவையும் தூக்கி வண்டியில் ஏற்றினார்கள். பொது மக்கள் சிலர் என்ன நடந்தது என்று கேட்டபடியே உதவி செய்தார்கள்.

அன்று காலை அணிந்த சஞ்சயாவின் வெள்ளைச் சட்டை ரத்தம் படிந்து பாதி சிகப்பு நிறமாக இருந்தது.

மது பாதி மயக்கத்திலும், சஞ்சயா முழுமையாக நினைவுகள் இழந்தநிலையிலும் மருத்துவமனைக்கு விரைந்தார்கள்.

வானத்தில் அந்த யு.எப்.ஓ சற்று தூரத்தில் நின்று கொண்டிருந்ததை சிலர் கவனித்தார்கள். சற்று நேரம் கழித்து மறைந்தது.

எங்கோ தூரத்தில் கழுகு பறந்து கொண்டிருந்தது.

ஒரு காகம் மரத்தின் மேல் அமர்ந்தபடி இதை பார்த்துக்கொண்டிருந்தது. ஒளி வட்டம் உள்ள அந்தப் பட்டாம்பூச்சி, மருத்துவமனையில் உள்ள ஒரு செடியின் மேல் சுற்றிக்கொண்டிருந்தது.

நிகழ்காலம் / எதிர்காலம்

ஓர் இடத்தில் நாம் இருக்கிறோம் அல்லது ஒரு இடத்திற்கு நாம் செல்லப் போகிறோம் என்றால், அந்த இடத்தை நாம் தான் முடிவு செய்கிறோம் என்று நினைக்கிறோம். அந்த இடம் தான் அதை முடிவு செய்கிறது என்று நினைக்கிறேன். சகாதேவன் மருத்துவமனைக்குள் நுழையும் போது அவருக்குத் தோன்றிய எண்ணங்கள்.

ஒரு மணி நேரத்திற்கு முன் "கல்ப பிரம்மா" படம் பார்த்து சினிமா தியேட்டரில் இருந்து வெளியே வந்து இயக்குனர் ஜோஷிவெங்கட்டைப் பாராட்டலாம் என்றுபோன் எடுத்தபோது, அவரிடம் இருந்து வந்த அழைப்பு ஆச்சரியத்தையும் பிறகு அதிர்ச்சியையும் ஏற்படுத்தியது.

அந்த மருத்துவமனையில் சஞ்சயாவின் சக நண்பர்கள் இருந்தார்கள். சகாதேவனுக்குள் பதற்றம் அதிகமாகி கொண்டே போனது. முகம் இறுக்கமாகவே காணப்பட்டார். ஒரு மூலையில் அமர்ந்து இருந்த ஜோஷிவெங்கட் எழுந்து வந்தார்.

"நாட் எ ரைட் டைம் டு மீட் "என்று கண்கள் கலங்கியபடி சகாதேவன் கூறினார்.

ஒருவர் மீது ஒருவருக்கு நல்ல மரியாதை இருந்தது. சந்திக்கும் போது எல்லாம் கதைகளைப் பற்றி பேசிக்கொண்டிருப்பார்கள்.

நடந்தது என்ன என்று விரிவாக ஜோஷிவெங்கட்டிடம் கேட்டுத் தெரிந்து கொண்டார். ஆபரேஷன் நடந்து கொண்டிருந்தது.

சகாதேவன் தன்னைச் சுற்றி இருப்பவர்களைப் பார்த்தார்.

அந்த நேரம் பரபரப்பாக இயங்கிக் கொண்டிருந்தது. ஒரு மருத்துவராக அது ஒன்றும் அவருக்கு புதிதில்லை.

உடனே அவர் மனம், சினிமா தியேட்டரில் இருக்கும் ஜனங்களையும் இங்கு இருக்கும் ஜனங்களையும் ஒப்பிட்டுப் பார்த்தது. அந்த ரிசப்ஷன் அறையில் ஒரு மூலையில் இருந்த டிவியில் மெல்லிய ஒலியில் சினிமா பாடல் ஓடிக் கொண்டுருந்தது.

சினிமாவிலும் மருத்துவமனைக் காட்சி ஓடுகிறது, மருத்துவமனையில் சினிமாவும் ஓடுகிறது. இதை மனம் நினைத்தபடியே ஜோஷிவெங்கடைப் பார்த்தார் சகாதேவன்.

"படம் ரொம்ப நல்ல இருந்தது! எக்ஸலன்ட்! "என்றார்.

ஜோஷிவெங்கட்டுக்கு எப்படி ரியாக்ட் செய்வது என்று தெரியவில்லை. மெல்லிய புன்னகையோடும், லேசாகக் கண்கள் கலங்கியபடி தலையை மட்டும் அசைத்தார்.

ஆபரேஷன் அறையில் இருந்து, மருத்துவர்களும், நர்ஸும் வெளியே வந்தார்கள். மூத்த மருத்துவர் ஒருத்தர் சகாதேவனை அடையாளம் கண்டு கொண்டார்.

சஞ்சயாவிற்குத் தலை பின்பகுதியில் பலமாக அடிபட்டு இன்னும் நினைவு திரும்பவில்லை என்றும், இடது கையிலும் காலிலும் ப்ராக்ச்சராக இருப்பதாகவும், இன்னும் கிரிட்டிக்கல் கண்டிஷனில் தான் இருப்பதாகவும் கூறினார்.

மற்றொரு அறையில் இருந்து மதுவிற்கு ஆபரேஷன் செய்த டாக்டர் வெளியே வந்தார். இவங்க அபாயகட்டத்தைத் தாண்டிட்டாங்க. தலைக்கவசத்தினால தப்பிச்சாங்க, தோள்பட்டை, இடது கால், வலது கை ப்ராக்ச்சர் இருக்கு என்றதும் சற்று ஆறுதலாக இருந்தது.

இதைப் பேசிக்கொண்டிருக்கும் போதே, சஞ்சயாவின் ஆபரேஷன் அறையில் இருந்து நர்ஸ் ஓடி வந்து,

'டாக்டர்....' என்று பதற்றமாகக் கூப்பிட்டாள்.

உடனே டாக்டர் உள்ளே சென்று பார்த்தார்.

சஞ்சயா வலிப்பு வந்து அவதிப்பட்டுக் கொண்டிருந்தாள். உடல் ஒரு பக்கம் இழுத்து, வாயில் நுரைத் தள்ளி இரண்டு மூன்று முறைப் பெரும் மூச்சு விட்ட பிறகு அந்த உடல் அமைதியானது.

மருத்துவர்கள் அவர்கள் கடமையைச் செய்தார்கள். நாடி முழுமையாக அடங்கியதை ஒரு கருவி உறுதி செய்தது. இருந்தும் கையைப் பிடித்து பல்ஸைப் பார்த்தார் டாக்டர். விடாமல் நெஞ்சை அழுத்தி தன்னாலான முயற்சியை செய்து பார்த்தார் மூத்த டாக்டர். பயன் அளிப்பதாகத் தெரியவில்லை.

பிரமைப் பிடித்தவர் போல் பார்த்துக் கொண்டிருந்தார் சகாதேவன்.

அந்த ஆபரேஷன் அறை நிசப்தமாக இருந்தது. மூத்த டாக்டர் கண்கள் கலங்கின, மறுபடியும் நாடி பார்த்தார். நாடிதுடிப்பும் மூச்சும் முழுமையாக நின்று விட்டிருந்தது. எல்லாம் முடிந்து போனது என்று சகாதேவனுக்கும் புரிந்தது. ஜோஷிவெங்கட்டும் மற்றவர்களும் உறைந்து போனார்கள்.

நிசப்தம் சில நொடிகளுக்கு நீடித்தது.

அந்த அறையில் உள்ள டாக்டர்ஸ் நர்ஸ் தங்களால் ஆன முயற்சிகளை செய்து பார்த்தும் ஒன்றும் பயனளிக்காமல் போனதை

எண்ணி ஒன்றும் செய்வதறியாமல் நின்று கொண்டிருந்தார்கள்.

மெதுவாக அந்த மூத்த டாக்டர் சகாதேவனிடம் ஏதோ பேச முற்பட்ட போது திடீர் என்று அது நடந்தது.

சஞ்சயா பெருமூச்சு எடுத்தாள். உடல் நடுங்கியது அந்த மூத்த டாக்டரும் மற்றவர்களும் என்ன நடக்கிறது என்று புரியாமல் இருந்தார்கள். சஞ்சயா கண்களை விசாலமாக விரித்துப் பார்த்தாள். சகாதேவன் பதற்றமாக அருகில் வந்தார். சஞ்சயா ஏதோ கூற முயற்சித்தாள். ஆனால் அரைமயக்கத்திற்குச் சென்றாள், மூச்சும் இதயத்துடிப்பும் சீரானது.

எல்லோரையும் அந்த அறையில் இருந்து வெளியே செல்ல கூறினார்கள். மனிதச் சக்திக்கு அப்பாற்பட்டு நடந்திருக்கும் செயல் என்று மட்டும் அந்த மூத்த டாக்டருக்குப் புரிந்தது.

அந்த ஆபரேஷன் அறைக்கு வெளியே நின்று கொண்டிருந்த சகாதேவன் ஒரு ஜன்னல் வழியே மரத்தைப் பார்த்துக் கொண்டிருந்தார். அருகில் இருந்த ஜோஷிவெங்கட் ஏதோ பேச வந்தார் ஆனால் சகாதேவன் எங்கு பார்க்கிறார் என்று அந்தப் பக்கம் பார்வையைச் செலுத்தினார்.

ஜன்னல் வழியே ஒரு மரம், மின்விளக்கு ஒளியில் பளிச்சென்று காணப்பட்டது. அதன்

மேலே தென்பட்ட பிரகாசமான பௌர்ணமி நிலவு அந்த மரத்தின் கிளையின் பூக்கள் மேலே ஒரு பட்டாம்பூச்சி வட்டம் இட்டுக் கொண்டிருந்தது. ஒளி வட்டம் உள்ள விசித்திரமான பட்டாம்பூச்சி.

எதிர்காலம்:

"சைதன்யாவின்" மனதில் பயங்கரமான போராட்டம்.

உடலில் இருந்து சற்று உயிர்ப் பிரிந்து மறுபடியும் வந்தது போல் இருந்தது. யாருக்கோ உயிரைக் கொடுப்பது போல் இருந்தது. அரைத் தூக்கத்தில் பெருமூச்சுவிட்டாள். இதயதுடிப்பு அதிகமானது. முழுமையாக விழிப்பு வந்து உடனே அரண்டு எழுந்தாள்....

அது கி.பி 5123 ஆம் ஆண்டு (நிகழ்காலத்தில் இருந்து மூவாயிரத்து நூறு வருடங்கள் கழித்து)

>>>அது டெலிஸ் லேண்ட்(Land)... டெலிஸ் மக்கள்...>>>

நிகழ்காலம்
மாயா ஒரு அறிமுகம்
மதியம் : 2:30 மணி

கிழக்கு கடற்கரைச் சாலையில் உள்ள சற்று அகலமான தெரு அது. கடற்கரைக்குச் செல்லும் பல வழிகளில் அதுவும் ஒன்று, விசாலமான தனி வீடுகள், பங்களாக்களின் இருப்பிடம். தொழில் அதிபர்கள், சினிமா பிரபலங்கள், அரசியல் பிரமுகர்கள் என்று பல பேரின் சொத்துக்கள் குவிக்கப்பட்டுள்ள இடம் இது.

அந்த அமைதியான தெரு கடைசியில் இடதுபுறம் ஒரு பெரிய தனி வீடு. பால்கனியில் இருந்து பார்த்தால் பிரமிப்பான கடலின் அழகும், புயல் வரும் போது அதன் விஸ்வரூபமும் தெரியும். அந்த வீட்டிற்கு பின் நடைபயிற்சிக்கான அகலமான தெருவும், அதற்கு பின் கடல்மணலும், கடலும் தொடங்குகிறது.

தூரத்தில் சென்று கொண்டிருந்த கப்பலில் இருந்து யாரோ ஒருவன் பார்த்துக் கொண்டிருந்தான். அங்கிருந்து பார்க்கும் போது

வீடுகள் எல்லாம் பெட்டி அடுக்கி வைத்தது போல் காட்சி அளித்தது. எந்த நாட்டுக்காரனோ! யாரோ! பல மாதங்கள் கப்பல் பயணம், வீடு திரும்ப வேண்டும் என்ற எண்ணம் வந்திருக்கும், அவன் வீடும் கடற்கரை ஓரத்தில் இருக்கலாம்?

கப்பலில் இருந்த யாரோ ஒருவன்! ஒரு பக்கம் தூரத்தில் தெரியும் கரையையும், மறுபக்கம் கண்களுக்குத் தெரிந்த வரை கடலும், அதை ஒட்டி மெல்லிய கோட்டின் மேல் எல்லை இல்லா வானத்தையும், மாறி மாறி பார்த்துக் கொண்டிருந்தான். நடுவில் கப்பல் சென்று கொண்டிருந்தது. கரைக்கு வரவேண்டும் என்ற எண்ணம் தோன்றியது, அந்த சூக்ஷணப் பொழுதில் அவன் நினைக்கும் எண்ணம் நடக்காது. காலம் வரும் வரை அந்த காலத்தை கடந்து சென்று தான் ஆக வேண்டும்.

அந்த பங்களாவின் பால்கனியில் இருந்து பறந்து விரிந்த கடலையும், வானத்தையும், கப்பலையும் பார்த்துக் கொண்டிருந்தாள் நடிகை "மாயா". எல்லாத்தையும் விட்டுட்டு அந்த கப்பல்ல போகணும் போல இருக்கு என்று நினைப்பு வந்தது.

வானத்தில் தொலைதூரத்தில் ஒரு கழுகு பறந்து கொண்டிருந்தது. அதன் பார்வையில் பறந்து விரிந்த கடலும், நிலபரப்பும், பிரம்மாண்டமாகவும், அந்தக் கப்பலும், வீடுகளும், சிறிதாகத் தெரிந்தது.

அந்த பால்கனியில் இருந்து அதே கீழ்தளத்தில் உள்ள அலுவலகக் கதை டிஸ்கஷன் அறையில், மேனேஜர் "பானு", (நடிகை மாயாவின் உதவியாளர்!) அடுத்து வரப்போகும் அப்பாய்ண்ட்மெண்ட்ஸ் ஷூட்டிங் ஷெடுயூல்சை பார்த்துக் கொண்டிருந்தாள்.

மேஜை மேல் இருந்த மாயாவின் மொபைல் ஒலித்தது.

"டைரக்டர் ஜோஷி வெங்கட்" என்று பார்த்ததும், சற்று யோசித்து பிறகு போன் எடுத்தாள் பானு.

"ஹலோ! மாயாகிட்ட போன் குடுங்க" என்றார் ஜோஷி.

"இல்ல சார்! யாரும் டிஸ்டர்ப் பண்ணவேண்டாம்னு, அவங்க ரூம்க்குள்ள கதவ சாத்திக்கிட்டு இருக்காங்க. மதியம் சாப்பிட கூட வரல"

"என்னதாம்மா பிரச்சனை! மூணு நாள் முன்னாடி என்னால ஒரு பிரச்சனைல இருக்கேன்னு மெசேஜ் போட்டாங்க, அதுக்கப்பறம் கால் பண்ணேன், மெசேஜ்க்கு ரிப்ளை இல்ல!

"சஞ்சயாவுக்கு ஆக்ஸிடென்ட் ஆன விஷயம் அவங்களுக்கு சொன்னீங்களா! "

"எஸ் சார்!"

"அதுக்கும் நோ ரிப்ளை! என்ன தான் பிரச்னை?"

"தெரியல சார்! ஏதோ டிப்ரஷன்ல இருக்காங்க." என்று இழுத்தாள் பானு.

"மன அழுத்தமா....! படம் நல்ல ஹிட்டாதானே போயிட்டு இருக்கு. இந்த நடிகர், நடிகைக்கெல்லாம் எங்கிருந்து தான் வருதோ இந்த டிப்ரஷன். டாக்டர் கிட்ட போய் ட்ரீட்மென்ட் எடுக்க சொல்லுங்க! மருந்து சாப்பிட சொல்லுங்க. நான் நேர வந்து பாக்கட்டுமா." என்றார் ஜோஷி.

"வேண்டாம் சார்! நானே கூப்பிட சொல்றேன்" என்றாள் பானு.

ஒரு பெரு மூச்சுவிட்டு..."சரி" என்று அழைப்பைத் துண்டித்தார் ஜோஷி.

சோபாவில் சாய்ந்தபடி மொபைல் போனைப் பார்த்துக் கொண்டிருந்தார் ஜோஷி. பழைய நினைவுகள் மனதில் பளிச்சிட்டது.

நான் பத்து வருடங்களுக்கு முன் பார்த்த 'வித்யாவா' இப்படி..... திருவண்ணாமலைப் பழக்கடை, வித்யாவின் தாயார், ஞாபகத்துக்கு வந்தார்கள்.

'வித்யா டு நடிகை மாயா' ஒரு சுவாரஸ்யமான பயணம் என்று மனதில் நினைத்துக் கொண்டார்.

போனை மேஜை மேல் வைத்து விட்டு எதோ தீவிரமாக யோசித்துக் கொண்டிருந்தாள் பானு! சினிமா பிரபலங்களுக்கு மானேஜராக இருப்பது அவ்வளவு எளிதான விஷயம் இல்லை! அவர்கள் என்ன மனநிலையில் இருப்பார்கள் என்று அவர்களுக்கே தெரியாது.

போனைக் கையில் எடுத்துக் கொண்டு, மாயாவின் அறைக்குச் சென்றாள் பானு.

இரண்டு,மூன்று தடவைக் கதவை தட்டி அழைத்தும் எந்த விதமான ரெஸ்பான்ஸும் இல்லை.

சில நொடிகள் கழித்து மறுபடியும் அறை கதவைத் தட்டினாள் பானு.

சற்று நேரம் கழித்து லேசாகக் கதவை திறந்து "நான் தான் டிஸ்டர்ப் பண்ண வேண்டாம்னு சொன்னேன்ல" என்று அழுத்தமாகக் கூறினாள் மாயா.

கண்கள் சற்று சிவந்தும், சரியாகத் தூக்கமின்மையும் தெரிந்தது. மது அருந்தி இருந்த அறிகுறிகளும், மாயாவிடம் இருந்து லேசான மது வாடையும் அடித்தது

"மேடம், டைரக்டர் ஜோஷியிடம் இருந்து போன் வந்தது. உங்களக் கூப்பிட சொன்னார்." என்று மேலும் பேச முயற்சித்த போது...

பானு கையில் இருந்த போனை வாங்கி, "சரி பேசுறேன்" என்று மட்டும் கூறி மறுபடியும் கதவு சாத்தப்பட்டது.

போனைக் கையில் வைத்தபடி ரூமுக்குள் வந்தாள். எதிரே இருந்த பெரிய கண்ணாடியில் தன் பிம்பத்தை பார்த்தாள்.

தொள தொள என்று பேண்ட், லூசான ஒரு சட்டை, சராசரி இந்திய பெண்களை விட சற்று உயரம் அதிகம், 55 கேஜி எடை, நல்ல பிட்டான உடல் வாகு இயற்கையாகவே அமைந்திருந்தது.

எந்த ஆடை அணிந்தாலும் கச்சிதமாகக் கவர்ந்து இழுக்கும் உடல் அமைப்பு, அழகிய எக்ஸ்பிரஸிவ் கண்கள், வட்டமான முகம், சிரித்தால் அழகாகக் கன்னத்தில் குழிகள். (செயற்கையாகச் சிரித்துப் பார்த்தாள்) அடர்த்தியான பரட்டை முடி, தலையை இரண்டு, மூன்று தடவைக் கோதிக் கொண்டாள்.

தன் முன்னழகையும், பின்னழகையும் பார்த்துக் கொண்டாள். மொத்தத்தில் கருப்பாக இருந்தாலும், களையுடன் இருந்தாள். சற்று நேரம் கண்ணாடியையே வெறித்துப் பார்த்துக் கொண்டிருந்தாள். மனசுக்குள் ஏதோ ஒரு அழுத்தம், யாரோ அழுத்தமாகப் பேசினார்கள்.

போனை எடுத்தாள். நடிகர் அர்ஜுன் கிருஷ்ணாவிற்கு போன் செய்தாள். நீண்ட நேரம் பேசிக்கொண்டிருந்தாள்.

"அப்போ! இன்னிக்கு நைட் டின்னருக்கு வர!" என்று கூறி மொபைல் கனெக்ஷனை கட் செய்தாள்.

அவசரமாக ரூமில் இருந்து வெளியே வந்தாள்.

மேனேஜர் பானுவை அழைத்து அருமையான டின்னர்க்கு ஏற்பாடு செய்ய சொன்னாள். இரவு ஏழு மணிக்குள் எல்லாம் தயாராக இருக்க வேண்டும் என்று கூறினாள்.

ஏழு மணிக்கு மேல் வீட்டில் இருக்கும் இரண்டு வீட்டு வேலை உதவிபெண்கள், பானு எல்லோரையும் கிளம்ப சொன்னாள். ஏன் என்று கேட்டதற்கு, பிறகு சொல்கிறேன் என்று பதில் வந்தது.

மாயா கூறியபடி எல்லாம் நடந்தது.

பிரைவேட் செக்யூரிட்டி உட்பட எல்லாம் அங்கிருந்து புறப்பட்டனர். பானு மிகவும் தயக்கத்துடன் நின்றாள்.

பொதுவாக அனைவரும் காலை ஏழு மணிக்கு வருவார்கள், இரவு 8:30 மணிக்குக் கிளம்புவார்கள். பானு அங்கேயே தங்குவார், இல்லையென்றால் பக்கத்தில் உறவினர்

வீட்டில் தங்குவார். வாசலில் இரவு நேர டியூட்டி செக்யூரிட்டி இருப்பார். இன்று ஏன் இப்படி மாறாக நடக்கிறது என்று குழப்பத்தில் இருந்தாள் பானு.

"மேடம் ஏதாவது அவசரம் தேவைன்னா போன் பண்ணுங்க. இங்க பக்கத்துல ரிலேட்டிவ் வீட்டில தான் இருப்பேன்" என்று கூறி புறப்பட்டாள்.

அந்தத் தெருவும், அங்கங்கே போடப்பட்டிருந்த தெரு விளக்குகளும் மாயாவின் வீடும் ஆழ்ந்த அமைதியில் இருந்தது.

பானு தன் காரை தெருமுனையில் நிறுத்தினாள். அருகில் இருந்த ஒரு கடைக்குச் சென்று சிகரெட் வாங்கிப் பற்ற வைத்தாள்.

போனை எடுத்து டைரக்டர் ஜோஷிக்குக் போன் செய்தாள்.

அவர் டிவி ஷோ ஒன்றில் பிஸியாக இருந்தார்.

உடனே ஒரு வாய்ஸ் மெசேஜ் அனுப்பினாள். பிறகு கார் பக்கத்தில் வந்தாள். கார் கதவை திறந்து ஏறுவதற்கு முன் சிகரெட்டை வாயில் புகைத்தப்படியே தெருவை பார்த்தாள்.

எந்த ஆள் நடமாட்டமும் இல்லாமல் தெரு விளக்கின் ஒளியில் காலியான மேடை போல் இருந்தது. தூரத்தில் கடல் ஓசையின் சத்தம். புகையை நன்றாக இழுத்து வெளியே விட்டாள்.

அந்தத் தெருவில் இருக்கும் வெற்றிடம் அதை உள்ளே இழுத்துக் கொண்டது. பிறகு காரில் ஏறி புறப்பட்டாள்.

மாயா, பார்ட்டிகளுக்கு அணியும் நல்ல விலை உயர்ந்த ஆடை அணிந்து, கண்ணாடியைப் பார்த்து அழகு படுத்திக்கொண்டிருந்தாள். கீழே டைனிங் டேபிளில் ஒரு முறை எல்லாம் சரியாக இருக்கிறதா என்று பார்த்து, இரண்டு கேண்டிலை வைத்தாள். கிளாசும், ஒயின் பாட்டிலும் எடுத்து ரெடியாக வைத்தாள்.

தெருமுனை கடையில் யாரோ இரண்டு பேர் சிகரெட் வாங்கிப் பற்ற வைத்துக்கொண்டிருந்தார்கள்.

சற்று தொலைவில் இருந்து அந்த பெட்டிக்கடையை பார்த்தபடியே ஸ்டியரிங்கைத் திருப்பியபடி மாயாவின் வீடு இருக்கும் தெரு உள்ளே நுழைந்தார் நடிகர் அர்ஜுன் கிருஷ்ணா. சிகரெட் பாக்கெட்டை எடுத்து வராமல் விட்டது ஞாபகத்திற்கு வந்தது. காலியான தெரு அந்தக் காரை உள் இழுப்பது போல் தெரிந்தது.

மாயாவின் வீட்டு அருகே காரை நிறுத்திவிட்டு, அந்த நிலவின் வெளிச்சத்தில் அமைதியான அழகான கடலை ஒரக் கண்ணால் பார்த்து கொண்டே, தலையில் இருந்த தொப்பியை முன்னால் இழுத்து மெயின் கேட்டைத் திறந்து வேகமாக உள்ளே சென்றார் அர்ஜுன் கிருஷ்ணா.

வீட்டிற்கு அந்த பக்கம் இருக்கும் தெருவில் யாரோ சிலர் கடலையும் அந்த நிலவின் அழகையும் ரசித்தபடி நடைப்பயிற்சி செய்து கொண்டிருந்தார்கள்.

காலிங் பெல் அழுத்துவதற்கு முன், கதவு திறக்கப்பட்டது.

மாயாவின் அலங்காரத்தையும் அழகையும் பார்த்து ஒன்று சேர புருவத்தை உயர்த்தியதும், புன்னகைச் செய்ததும் ஒன்றாக நடந்தது.

"வெல்கம்! "என்று ஒரு மெல்லிய புன்னகையுடன் உள்ளே அழைத்தாள் மாயா.

அர்ஜுன் கிருஷ்ணா செம்ம ஹேண்ட்ஸம், உயரம் 5.11. தினமும் உடற்பயிற்சி செய்து உடலைப் பிட்டாக வைத்திருந்தார். கச்சிதமாக மீசையும் தாடியும் ட்ரிம் செய்து இருந்தது. தொப்பியை எடுத்து அடர்த்தியான முடியைக் கைகளால் கோதிக் கொண்டார்.

மாயாவிற்கு அவரை பார்க்கும் போது ஹாலிவுட் ஹீரோ போல் இருந்தது.

கிட்டத்தட்ட மாயாவும், அர்ஜுன் கிருஷ்ணாவும் சம காலகட்டத்தில் திரை உலகிற்கு அறிமுகமானார்கள். குறைந்த படங்களில் நடித்திருந்தாலும் நல்ல கதையைத் தேர்வு செய்து தன் திறமையை வெளிப்படுத்துவதில் மிகவும் திறமைசாலி.

வீட்டின் அமைதி, டின்னர் ஏற்பாடு எல்லாம் பார்த்து அர்ஜுன் கிருஷ்ணா லேசாகப் புன்னகைத்தார்.

மாயாவின் வீட்டிற்கு வருவது இது முதல் தடவை அல்ல. அங்கு வந்து மணிக்கணக்கில் பேசியதுண்டு. மூன்று படங்கள் சேர்ந்து பணியாற்றியது நல்ல பரஸ்பரத்தையும், நெருக்கத்தையும் ஏற்படுத்தியது. இருவருக்கும் அது பிடித்திருந்தாலும் காதலை இருவருமே வெளிப்படுத்தியதில்லை. வேலையில் அழுத்தம் காரணமாக மாயாவின் திடீர் டிப்ரஷன், திடீர் உற்சாகம் அவனுக்குத் தெரியும். தொடர்ந்து நடித்துக் கொண்டிருப்பதால் நேரமும் கிடைக்கவில்லை.

"ஒரு வேளை இது தான் அந்தக் காதலின் தருணமோ" என்று லேசாக முணுமுணுத்தார் அர்ஜுன் கிருஷ்ணா.

"என்னது...." என்று அதைக் கேட்டும் கேட்காதது போல் சிரித்தாள் மாயா..

"நடிப்பு ராக்ஷஷியே! நீ எப்படி நடிப்ப என்று எனக்குத் தெரியும்." மாயாவின் நடிப்பும் அதற்கான மெனக்கெடலும் பார்க்கும் போது மிரட்சியாக இருக்கும். சில கதாபாத்திரம் பிடித்து போய் உள்வாங்கி அதிலிருந்து வெளிவரப் பல நாட்கள், பல மாதங்களாகும்.

இதற்கு முன்பு ஒரு தடவை தன் காதலை வெளிப்படுத்த அர்ஜுன் கிருஷ்ணாவிற்கு சந்தர்ப்பம் வந்தது. ஆனால் முன்னர் நடந்த சம்பவங்கள் அவரைத் தடுத்தது. அதை பற்றிய ஞாபகங்கள் அர்ஜுன் கிருஷ்ணாவிற்கு வந்தது.

இரண்டு வருடங்களுக்கு முன்பு, ஹிமாச்சல படப்பிடிப்பின் போது அன்றைய ஷூட்டிங் முடிந்து ஹோட்டல் அறையில் பேசிக் கொண்டிருந்தோம். குளிர் மிகவும் அதிகமாக இருந்ததால், நான் மது குடிக்க ஆரம்பித்து, மாயாவிற்கும் கொடுத்தேன் முதலில் தயங்கியவள் பிறகு சற்று யோசித்து விட்டு....

"இந்த கதாபாத்திரத்தில மது அருந்துவது போல் ஒரு சீன் ஒன்று இருந்தாலும் இருக்கும் அப்படினு டைரக்டர் சொல்லிட்டு இருந்தார்ல, சரி குடு!" என்று கூறி மடக் மடக் என்று ஐந்து, ஆறு ரவுண்டு அடிக்க ஆரம்பித்தாள்.

நான் சும்மா ஒரு கேஷ்வலா கேட்டேன். கதாபாத்திரத்திற்காகத் தன்னை இப்படி மாற்றுவாள் என்று நினைக்கவே இல்லை.

அதே படப்பிடிப்பில் வேறு ஒரு தருணத்தில் இரவு ஒரு மணிக்கு உதவியாளர் பானுவிடம் இருந்து அழைப்பு வந்தது. என்னவென்று ரூம்க்கு சென்று பார்த்தால், நன்கு குடித்திருந்தாள். தனக்கு முன்னால் திரைக்கதைப் பேப்பரை வைத்துக் கொண்டு...

"இந்தச் சீன் எனக்குச் சரியாய் நடிக்க வரல! கூட நடிக்கக் கூப்பிட்டா பானு வரமாட்டேங்கறா.. நீ வா....!" என்றாள்.

"என்ன பானு!" என்று கேட்டேன். பானு தயங்கியபடி நின்றாள்.

உடனே மாயா என்னை இழுத்து கட்டிலில் போட்டு, அழுத்தமாக லிப் டூ லிப் கிஸ் கொடுத்து, என் சட்டையை கிழித்து சரமாரியாக முத்தம் கொடுக்க ஆரம்பித்தாள். பிறகு நானும், பானுவும் அவளை சமாதானம் செய்து தூங்க வைக்கப் பெரும் சவாலாக இருந்தது.

வேறு ஒரு தருணத்தில் ஒரு பாடல் காட்சிக்கு, சன்யாசி உடையணிந்து நடனமாட வேண்டி இருந்தது. கையைப் பிடித்து நடனமாடிக் கொண்டிருந்த போது திடீர் என்று கையை உதறி என்னைத் தள்ளிவிட்டுச் சென்றாள். பிறகு அந்த நடனமைப்பு வேறு விதமாக மாற்றப்பட்டது. இப்படி மாறி, மாறி கதாபாத்திரம், தூக்கமின்மை, எல்லாம் சேர்ந்து, மது அருந்துவதும் புகைபிடிப்பதும் அதிகமாயிற்று.

இது அத்தனையும் அர்ஜுன் கிருஷ்ணாவின் மனதில் பளிச்சென்று சில நொடிகளில் வந்து சென்றது. இது அத்தனையும் தெரிந்தும் என்னால் மாயாவை ஒதுக்கி விட முடியவில்லை. இன்னொரு பக்கம் ஒரு குழந்தை மனது,

இன்னசென்ஸ்.. அது எனக்கு ரொம்ப பிடிக்கும் என்று நினைத்துக் கொண்டார்.

"வீட்டில பானு, வேலையாட்கள் யாரும் இல்ல?" என்றார் அர்ஜுன் கிருஷ்ணா.

"அவங்கள அனுப்பிட்டேன், டின்னர் ரெடி பண்ணி நமக்குத் தனியா எடுத்து வச்சுட்டு அவங்க சாப்டுட்டு கிளம்பிட்டாங்க." என்றாள் மாயா.

"ஏன்.. ஏன்.... எல்லாரையும் கிளம்ப சொன்னே? "என்று கேட்டார் அர்ஜுன் கிருஷ்ணா.

ஒரு புன்சிரிப்புடன் மிக நெருக்கமாக வந்து அர்ஜுன் கிருஷ்ணாவின் கண்களை ஊடுருவி பார்த்தாள். அவர் கைகளை எடுத்து அவளின் இடுப்பில் கை வைத்து லேசாக அணைத்தாள். மிகவும் ரகசியமான குரலில் அர்ஜுன் கிருஷ்ணாவின் காதில்.

"உன்கிட்ட ஒண்ணு சொல்லணும்..." என்று கிசுகிசுத்தாள்.

அர்ஜுன் கிருஷ்ணாவும் அவளை இழுத்து அவள் கண்களைப் பார்த்து, "என்ன சொல்லணும்?" என்றார்.

"இரு.. மொதல்ல டின்னர் அப்பறம் சொல்றேன்... அவசரப்படாதே "என்று அவன் கைப் பற்றி டைனிங் டேபிளுக்கு சென்றாள்.

அர்ஜுன் கிருஷ்ணா அவள் இடுப்பில் இருந்த கையை எடுக்கவில்லை நெருக்கமாக அணைத்திருந்தார்.

"டேய், நீ என்னமோ வேற எண்ணத்திலே வந்து இருக்கன்னு நினைக்கறேன். "என்று கூறி டைனிங் டேபிள் நாற்காலியில் அமர வைத்தாள்.

"அப்படி இல்ல.. வீட்டுல யாரும் இல்ல! இரவு நேரம்... பார்ட்டி மூட் வேற... ஹ்ம் ஒரே கிளூ கிளுப்பு தான்... "என்று குஷியாகக் கண்ணடித்து சிரித்தார்.

"சீ....பேட் பாய்... "என்று செல்லமாகக் கூறியவள், மொதல்ல சாப்பிடு, அப்பறம் தான் மத்தெல்லாம்.. "என்று மெதுவாக கூறி, தட்டில் சிக்கன், மீன் என்று வகைகள் பரிமாறினாள்.

"கொஞ்சம் இரு" என்று கூறி, இரண்டு மெழுகையும் பற்ற வைத்தாள். ஒயின் (wine) எடுத்து வந்து ஊற்றினாள்.

ஹாலுக்குப் பக்கத்தில் சின்ன அறைக்குச் சென்று, எல்லா மெயின் ஸ்விட்சையும் அணைத்தாள். இரண்டு மெழுகுவர்த்தி வெளிச்சம் மட்டும் இருந்தது.

"வாவ்! ஹேய்ய்ய்... செம்ம ரசனை டி உனக்கு!" என்றார் அர்ஜுன் கிருஷ்ணா.

மாயா அவரின் அருகில் வந்து ஒயினை கையில் எடுத்து சியர்ஸ் என்று கூறி எதிரில்

உட்கார்ந்தாள். ஒருவரை ஒருவர் பார்த்தபடியே உணவு உண்டனர்.

"இந்தக் காட்சி பார்க்கும் போது.. என்ன தெரியுமா ஞாபகம் வருது.. ரீசென்டா ரிலீசான நம்ம படத்துல, அதான் "கல்ப பிரம்மா" படம். இந்த மாதிரி ஒரு சீன் டைரக்டர் வைத்திருப்பாரே! "என்றார் அர்ஜுன் கிருஷ்ணா. "ஆமா! அந்த "ரங்கநாயகி" கதாபாத்திரம் என்று உன்னிப்பாக சாப்பாடு தட்டைப் பார்த்துக் கொண்டே கூறினாள் மாயா.

"அது செம்ம பவர்ஃபுல் கதாபாத்திரம் இல்ல! உன்னோட பெர்பாஃமென்ஸ் எக்ஸ்ட்ராடினரி (exordinary), டைரக்டர் ஜோஷி எப்படித் தான் அந்த கதாபாத்திரம் யோசிச்சார்னே தெரியல!"

"ஆமா! அந்த கதாபாத்திரத்தை உள்வாங்கி நடிக்கறதுக்குள்ள என் உயிரே போய்டுச்சு "என்று கூறியபடி..

"இரு.. இரு.. ஒரு சர்பரைஸ்!" என்று அர்ஜுன் கிருஷ்ணாவின் பின்புறம் இருக்கும் பிரிட்ஜ் அருகில் சென்றாள்.

"உனக்கு தான் "ரங்கநாயகி" பிடிக்காதே, உங்க ரெண்டு பேருக்கும் செம்ம சண்டையாச்சே.. "என்று கூறியபடியே பிரிட்ஜை திறந்த மாயா.

உள்ளிருந்து கத்தியை எடுத்து "எ வெரி கோல்ட் சர்ப்ரைஸ்.. பிஃரம் ரங்கநாயகி" ("A very

Cold Surprise from Ranganayagi") என்று சொல்லி அர்ஜுன் கிருஷ்ணாவின் கழுத்து பின் புறத்தில் குத்த முற்பட்டாள்.

சுவற்றின் நிழல் அந்த அபாயத்தை முன் கூட்டியே தெரிவித்தது, அர்ஜுன் கிருஷ்ணா சுதாரித்துக் கொண்டு நகர முற்பட்ட போது சூடான கைகளும், குளிர்ந்த கத்தியும் தன் இலக்கிலிருந்து தவறி அர்ஜுன் கிருஷ்ணாவின் தோள்பட்டையை உரசிக் கொண்டு சென்றது.

ரத்தம் பீறிட்டது. வலியில் கத்தியபடி, மாயாவை இழுத்து டைனிங் டேபிள் மேல் போட்டு அவளைத் தள்ளி விட்டார். டேபிள் மேல் இருந்த அத்தனையும் சிதறி கீழே விழுந்தது. மெழுகு கீழே விழுந்து டேபிள் துணியில் பட்டு பற்றி எரிய ஆரம்பித்தது.

நாற்காலியில் இருந்து தட்டு தடுமாறி எழுந்திருக்க முற்பட்ட அர்ஜுன் கிருஷ்ணா ஹால் கதவை பார்த்தார். தாழ்பாள் போடாமல் இருந்தது. வெளியே செல்ல தீர்மானித்தார். டேபிள் மேல் விழுந்திருந்த மாயா வேகமாக எழுந்து மறுபடியும் கழுத்தில் குத்த வந்தாள். அவளை சுவரோரம் சாய்த்து அவளின் கையை பலமாக தடுத்து, "ஆர் யூ மேட் மாயா.." என்று கத்தினார்.

"நான் மாயா... இல்லடா ரங்கநாயகி.." என்று கத்தியபடி அழுத்தமாக அவரைக் குத்த முயற்சித்தப்படியே அழுத்தமாகக் கூறினாள்.

வெளியே! கேட்டைத் திறந்து யாரோ வரும் சப்தம் கேட்டது. அர்ஜுன் கிருஷ்ணா பலமாகக் கத்தினார்.

வேகமாக ஹால் கதவைத் திறந்து உள்ளே வந்த டைரக்டர் ஜோஷியும், பானுவும், அதிர்ந்தார்கள்.

ஜோஷி, மாயாவைப் பின்னால் இழுத்து தள்ளி தடுக்க முற்பட்டார். மாயாவின் கத்தி ஜோஷியின் வலது கையை சிராய்த்துச் சென்றது.

"ஷ்...ஆ....ஆ....." என்று வலியால் கத்தியபடி வேகமாக மாயாவைத் தள்ளினார். எதிரில் இருந்த சுவரில் பலமாக மோதி கீழே விழுந்தாள் மாயா. பானு பதட்டம் அடைந்து மாயாவிடம் செல்ல முயன்ற போது பானுவைத் தடுத்தார் ஜோஷி வெங்கட். மாயா கத்தியை அழுத்தமாக பிடித்துக் கொண்டிருந்தாள். தடுமாற்றுத்துடன் சுவரோரம் மூச்சு வாங்கியபடி சாய்ந்து உட்கார்ந்தாள்.

எதிரில் இருக்கும் மூன்று பேரையும் பார்த்தாள்.

ஜோஷி வலது கையில் இருந்து இரத்தம் வழிந்து கொண்டிருந்தது. அர்ஜுன் கிருஷ்ணா

தோள்பட்டையில் இருந்து இரத்தம் வழிந்து கருப்புசட்டையை நனைத்துக் கொண்டிருந்தது.

அர்ஜுன் கிருஷ்ணாவைப் பிடித்துக் கொண்டிருந்த பானுவின் கையிலும் ரத்தம்.

சுவரில் வேகமாக இடித்ததில் மாயா தலையில் இருந்தும் இரத்தம் வழிந்து கொண்டிருந்தது.

தன் கையில் இருந்த கத்தி முனையைப் பார்த்தாள், ரத்தம் வழிந்து கொண்டிருந்தது. அருகில் ஒரு சிக்கன் லெக் பீஸ் இருந்தது, அதை மறுகையில் எடுத்தாள்.

"ஹாட் சிக்கன் & கோல்டு நைஃப்" என்று கூறி மெதுவாகச் சிக்கன் சாப்பிட்டபடி எழுந்தாள்.

"மாயா.... உன் பைத்தியக்காரத்தனத்தை நிறுத்து! இங்கே என்ன நடக்குது ஒண்ணுமே புரியல? மொதல்ல ஹாஸ்பிடல் போகலாம் வா.." என்று ஜோஷி கத்தினார்

"ஏய்ய்ய்ய்ய்.." என்ற பலத்த குரல் கொடுத்து ஆக்ரோஷமான கோபத்துடன் தொடர்ந்தாள் மாயா.

"இங்க இருந்து யாராவது... யாராவது நகர்ந்தீங்க, மாயாவைக் கொன்னுடுவேன்" என்று தன் கழுத்தில் தானே கத்தியை வைத்துக்கொண்டாள் மாயா...

"மாயா……" என்று மறுபடியும் பதற்றம் அடைந்தார் ஜோஷி வெங்கட்.

"டேய், மாயான்னு சொல்லுறத நிறுத்துடா…. நான்ன்ன்ன்ன்….. ரங்கநாயகி!!"கண்களை அகல விரித்து ஆக்ரோஷமாகவும் அழுத்தமாகவும் கத்தினாள் மாயா.

ஜோஷியின் மனதிற்குள், ஒரு கதாபாத்திரம் நடிகரை எவ்வளவு பாதிக்கும் என்ற கேள்வி எழுந்தது?

நான் எழுதிய ரங்கநாயகி கதாபாத்திரம் மிகவும் சக்திவாய்ந்தது, அந்தக் கதாபாத்திரத்தை எழுதிய போதும், எழுதி முடித்த பின்பும், அந்தத் தாக்கத்தில் இருந்து வெளியே வர சில நாட்கள் பிடித்தது.

ஆனால் படப்பிடிப்பு முடிந்து பல மாதம் கழித்தும் படம் ரிலீஸ் ஆன பின்னும் கூட, மாயா இன்னும் அந்தக் கதாபாத்திரத்தில் இருந்து வெளிவராமல் இருப்பது ஆச்சர்யத்தை ஏற்படுத்தியது.

பிளவுபட்ட ஆளுமையில் (split personality) மிகவும் பாதிக்கப் பட்டது தெரிந்தது.

டாக்டர் சகாதேவனிடம் இதைப் பற்றி நிறைய பேசியிருக்கிறேன், ரங்கநாயகி கதாபாத்திரம் எழுதுவதற்கு முன் நிறைய ஆராய்ச்சி செய்திருக்கிறேன்.

சற்று சுதாரித்துக் கொண்ட ஜோஷி வெங்கட்..

"இதோ பார் மாயா, ஸாரி! ரங்கநாயகி, இப்போ ஏன் அர்ஜுன் கிருஷ்ணாவை கொல்ல முயற்சி செய்யற? உடனே ஹாஸ்பிடல் போகணும், நம்ம அப்பறம் பேசிக்கலாம், கத்திய கீழே போட்டுட்டு வா.."

மாயாவின் அருகில் தீ பற்றி எறிந்து கொண்டிருந்தது..

"வாடா கிரியேட்டர்.. என்னை படைச்சவனே! அர்ஜுன் கிருஷ்ணவைக் கொல்ல சொன்னது நீ.."

ஜோஷி வெங்கட் குழம்பினார், பானுவும், அர்ஜுன் கிருஷ்ணாவும் அதிர்ச்சி அடைந்தனர்...

மாயா என்ற ரங்கநாயகி தொடர்ந்தாள்...

"என்னடா! மறந்துட்டியா, பட பிடிப்பு ஆரம்பிக்கறதுக்கு முன்னாடி, மாயாகிட்ட நீ முழு திரைக்கதை கொடுத்த பிறகு மாயா உன்னை என்ன கேட்டா? திரைக்கதை பைனல் தானே! காட்சிகளை மாத்த மாட்டிங்களேன்னு கேட்டா இல்ல? அப்புறம் கிளைமாக்ஸ் காட்சி எடுக்கும் போது, தயாரிப்பாளர் மாத்த சொல்லுறாரு, ஹீரோ மாத்த சொல்லுறாருன்னு ஏண்டா மாத்தினே?"

"மாயா உன்கிட்ட எவ்வளவு வாக்குவாதம் பண்ணியும் நீ கேட்கல." ஜோஷியின் மனதில் அந்த நாள் பளிச்சென்று ஓடியது. முதலில், ரங்கநாயகி கதாபாத்திரம், ஹீரோவைக்

கொல்வதாக இருந்தது. ஏனென்றால் ஹீரோ கதாபாத்திரமும் ஒரு நெகடிவ் ரோல் என்பதால், பிறகு தயாரிப்பாளர், ஆடியன்ஸை மனதில் வைத்து கொண்டு அந்தக் காட்சி வேறு விதமாக மாற்றப்பட்டது. அது அடுத்த பாகம் எடுப்பதற்கும் ஒரு ஐடியாவாக இருந்தது.

ஆனால் அதை மாயா ஒத்துக்கொள்ளவே இல்லை, இதுதான் அவளை வைத்து இயக்கும் கடைசி படம் என்றெல்லாம் கூட திட்டியிருக்கிறேன்.

மாயாவும் ஷூட்டிங்கில் இருந்து பாதியில் சென்று விட்டாள்.

பிறகு எப்படியோ சஞ்சயா அவளிடம் பேசி சமாதானம் செய்து மாயாவின் அம்மாவை ஊரிலிருந்து வர வைத்து, ஒரு வழியாகப் படப்பிடிப்பு முடிக்கப்பட்டது.

எந்த சூழ்நிலையில் எதற்காக அந்த படைப்பு நிகழ்ந்தது என்று படைக்கப்பட்டவனுக்குத் தெரியாது.

"ஒரு படைப்பாளி, தான் படைச்சதை மாத்த கூடாதா? சினிமா என்பது அனைவரின் கூட்டு முயற்சி "என்றார் ஜோஷி.

"மாயா ஒரு முட்டாள்... நீ கொடுத்த திரைக்கதையை அப்படியே ஹிப்னாடிஸ் பண்ணி மனசுல பதிய வச்சதால தான்,

நான் உள்ளே வந்தேன். நீ அந்தக் காட்சியை எடுத்திருந்தா இந்த நிலைமை வந்திருக்காது. சும்மா ஒரு காபி வர்ஷனையாவது எடுக்கச் சொன்னேன்... உன்னோட டைரக்டர் என்ற ஈகோ அத கேட்கல". என்றாள் ரங்கநாயகி. படைக்கப்பட்டவன், படைத்தவனை எதிர்க்கும் போது வரும் கோபம் அது, பெற்றவள் கருத்தைப் பிள்ளை எதிர்க்கும் போது பெற்றவளுக்கு வரும் கோபம் அது.

கடும் வெறுப்பும் கோபமும் கொண்டு "இப்ப என்ன தான் பண்ணனும்னு சொல்ற "என்றார் ஜோஷி.

"இப்ப இந்த நிமிஷம் ஒண்ணு நீங்க ரெண்டு பேரும் சாகணும், இல்ல மாயா சாகணும், முடிவு பண்ணிக்கோ "என்று கூறி மறுபடியும் தாக்குவதற்குத் தயாராக இருந்தாள் ரங்கநாயகி.

மூன்று பேருக்கும் என்ன செய்வதென்று தெரியவில்லை. அந்த அறையில் மெழுகுவத்தியில் இருந்து பற்றிய தீ ஒரு பக்கம் எரிந்து கொண்டிருந்தது.மறுபக்கம் மாயா என்னும் ரங்கநாயகி கொலை செய்வதற்கு கத்தியுடன் நிற்கிறாள். இவர்கள் மூன்று பேரும் என்ன செய்வதென்று தெரியாமல் திகைக்கிறார்கள்.

வீடு முழுவதும் இருட்டு சூழ்ந்துள்ளது, அந்த அறையில் தீ வெளிச்சத்தில் மாயா கோபத்தின் கதகதப்பு அதில் பிரதிபலித்தது.

அந்தக் காட்சி படம் பிடிப்பதற்கோ, திரையில் காண்பதற்கோ நன்றாக இருக்கும். ஆனால் அந்தச் சூழ்நிலையில் இருந்து பார்ப்பவனுக்குத் தான் வலியும் வேதனையும் தெரியும்.

ரங்கநாயகி கத்தியை வைத்துக்கொண்டு நெருங்கி வர ஜோஷி எவ்வளவு சொல்லியும் கேட்பது போல் தெரியவில்லை. அந்தத் தருணத்தில் பானுவுக்கு எதேச்சையாக ஒரு போன் வந்தது.

பானு போனை பார்த்தபடி "மாயா அம்மாவிடம் இருந்து கால்,என்ன எமர்ஜென்சின்னு தெரியல, கத்தியை கீழே போடுங்க... இல்லேன்னா நீங்க என்ன நிலைமையில் இருக்கீங்கன்னு சொல்லிடுவேன்." என்று பானு சொன்னதும்

ரங்கநாயகி சற்று தயங்கி நின்றாள்.

"கத்தியை கீழே போடுங்க, அம்மாக்கு என்ன ஆச்சுன்னு தெரியல அப்பதான் கால் எடுப்பேன்" என்று சத்தமாக ஆவேசமாகச் சொன்னாள்.

மாயாவிற்கு ஒரு கண்ணில் கோபமும், மறு கண்ணில் கண்ணீரும் வந்தபடி தன்னை அறியாமல் கத்தியைக் கீழே போட்டுவிட்டு "அம்மா... ஆ ஆ... "என்று கத்தியபடி கீழே மயங்கி விழுந்தாள்

உடனே தீயை அணைத்து அனைவரும் மருத்துவமனைக்கு விரைந்தனர்.

ரங்கநாயகி கதாபாத்திரத்திற்கு அம்மா சென்டிமென்ட் வைத்தால் நன்றாக இருக்கும் என்று சஞ்சயா சொன்னது டைரக்டர் ஜோஷிக்கு நினைவுக்கு வந்தது.

இந்தப் பிரபஞ்சம் ஒன்றோடு ஒன்று தொடர்புடையது...

ஒரு அமானுஷ்ய நிகழ்வின் தொடக்கம்

அந்தக் காலை பொழுது, ஐந்து மணியளவில், முழுவதுமான விழிப்பு நிலைக்கும், தூக்க நிலைக்கும் இடைப்பட்ட நிலை. மனதின் ஆல்ஃபா நிலையில் சஞ்சயாவின் மனம் ஏதோ நினைத்துக் கொண்டிருந்தது.

"படைக்கப்பட்டவனும், படைத்தவனும், சந்திக்கும் தருணம் ஒரு அற்புதமான நிகழ்வு. நெகிழ்ச்சையான தருணம் அது"

இந்த ஒரு வாசகம் திரும்ப, திரும்ப தோன்றிக்கொண்டெ இருந்தது 'சஞ்சயா', கண் விழித்துத் தன் அறையை பார்த்தாள். தன் உடலின் அசௌகரியங்கள் உணர்வுக்கு வந்தது. தலையில் போடப்பட்ட பலமான கட்டு, வலது தோள்பட்டை, மற்றும் கையை இணைக்கும் ஆர்த்தோ பேண்ட். இடது காலில் கட்டு, இன்னும் இரண்டு, மூன்று மாதங்களுக்கு வேகமாக வேலை செய்ய முடியாது என்றாலும், ஒரு ஆர்த்தோ ஸ்டிக் துணைக் கொண்டு மெதுவாக நடக்கக் கூடிய நிலைச் சற்று ஆறுதலாக இருந்தது.

இந்த ஓய்வான நாட்களை தான் எடுக்க போகும் படத்திற்குக் கதை, திரைக்கதை எழுத பயன்படுத்திக் கொள்ள வேண்டும் என்று நினைத்துக் கொண்டாள்.

நடிகை மாயாவின் மேனேஜர் பானுவிடம் இருந்து அழைப்பு வந்தது. இவ்வளவு காலை நேரத்தில் எதற்காக கூப்பிடுகிறார் என்று நினைத்தபடி போனை எடுத்தாள் சஞ்சயா.

நேற்று அந்திபொழுதிலிருந்து இரவு வரை உலகில் நிறைய நிகழ்வுகள் நடந்திருந்தது. சஞ்சயா மருத்துவமனையில் இருந்து வீட்டிற்கு வந்ததும், மாயா மருத்துவமனையில் அனுமதிக்கப்பட்டதும் அதில் அடங்கும்.

பானுவிடம் இருந்து நடந்த விஷயத்தைக் கேட்டு அதிர்ச்சியடைந்தாள். லேசான காயங்களுடன் அர்ஜுன்கிருஷ்ணா உயிர் தப்பியதும், டைரக்டர் ஜோஷிவெங்கட்டுக்கு ஏதும் பாதிப்பு இல்லை, கையில் கட்டு மட்டும் போடப்பட்டு உள்ளது என்றும், மாயா, மனநல சிகிச்சைப் பிரிவில் அனுமதிக்கப்பட்டுச் சிகிச்சை அளிப்பதாகவும் கூறினாள்.

அர்ஜுன்கிருஷ்ணாவின் தந்தை, மாயா மீது கொலை முயற்சி மற்றும் டைரக்டர் ஜோஷி மீது கொலை செய்ய தூண்டியதாக வழக்கு பதிவு செய்துள்ளார் என்றும், விஷயம் பெரியதாகி,

பத்திரிக்கை, மீடியா, காவல்துறை என அனைவரும் குவிக்கப்பட்டுள்ளதாகக் கூறினாள்.

பானுவிடம் போன் பேசிய பிறகு வெறுமையில் அமர்ந்திருந்தாள்.

அந்த வீடும், அறையும் ஆழ்ந்த அமைதியில் இருந்தது. சஞ்சயா மட்டும் தனியே இருக்கும் அந்த அறையில் எதோ அமானுஷ்ய சக்தி இருப்பது போல் உணர்ந்தாள்.

யாரோ அவளின் மனதில் ஊடுருவி எண்ணங்களை, புரட்டி பார்ப்பதுபோல் உணர்ந்தாள். பலமாக தலையை பிடித்துக்கொண்டு "அப்பா...ஆ... "என்று கத்தினாள். உடனே சகாதேவன் பதறி அடித்துக்கொண்டு ஓடி வந்தார்.

சஞ்சயா அமைதியாக இல்லை, மூச்சு பலமாக வாங்கியது, "உள்ளுக்குள்ளே எதோ நடக்குது.. யாரோ என் மனநினைவுகளைப் பாக்கறாங்க." என்றாள்.

சகாதேவன் ஒரு மனநல மருத்துவராக இருந்தும், தந்தை ஸ்தானத்தில் அவர் சற்று குழம்பி தடுமாறினார். அவளைக் கட்டுப்படுத்த ஒரு இன்ஜெக்ஷன் போட முயன்ற போது அதைப் பிடித்து தூக்கி அடித்தாள்.

தலையை பிடித்தப்படி இருந்த சஞ்சயாவின் உடல் ஆட்டம் கண்டது. சில நொடிகளில் அமைதியானாள். தரையை வெறித்துப் பார்த்துக்

கொண்டிருந்தாள். சற்று நேரம் கழித்து பேச ஆரம்பித்தாள்.

"மருத்துவமனையில இருக்கும் மாயாவை நான் இப்ப பார்க்கிறேன்... "என்றாள் சஞ்சயா.

சகாதேவன் ஆச்சரியத்தில் பார்த்துக் கொண்டிருந்தார். புத்தகத்தில் படித்த, புராணங்களில் கேள்விப்பட்ட தூர திருஷ்டி, சில சித்தர்களுக்கும் முனிவர்களுக்கும் இருந்த ஒரு சக்தி, விஞ்ஞான ஆராய்ச்சியில் தொடரும் ஒரு கேள்வியாகவே இருந்து வரும் ஒன்று.

காலங்காலமாக ஆராய்ச்சிகள் நடந்து கொண்டிருக்கிறது. இது உண்மை தானா என்று நம்ப முடியவில்லை. ஒரு தந்தையாக பதற்றத்தில் இருந்தாலும், ஒரு மனநல மருத்துவராகக் குறிப்பு எடுக்க ஆரம்பித்தார்.

சஞ்சயா தொடர்ந்தாள்..

அந்த மருத்துவமனையும் மாயாவின் அறையும், சஞ்சயா மனதில் தெளிவாகத் தெரிந்தது. மாயா தூங்கிக் கொண்டு இருந்தாள். ஏதோ கனவுகள் சென்று கொண்டிருந்தது.

சஞ்சயா நினைவுகள் பின் நோக்கி சென்றது...

பத்து வருடத்திற்கு முன்னாடி ஜோஷிகிட்ட அசிஸ்டன்ட் டைரக்டரா சேர்ந்த சமயம், படத்திற்கு, கதை, திரைக்கதை எல்லாம் முடிஞ்சு, மெயின் ரோலான ஹீரோயினை தேடிக்கிட்டு

இருந்தோம். அப்போ, பல ஆடிஷன் செஞ்சு பார்த்து யாரும் அந்த கதாபாத்திரத்திற்கு செட் ஆகல.

டைரக்டர் ஜோஷி வெங்கட் பயங்கர அப்செட்டா இருந்தார். அவருக்கு ஆன்மீகத் தேடல் அதிகம். திருவண்ணாமலை மனதுக்கு உகந்த இடம், ஒரு பிரார்த்தனைக்காக அங்கு சென்றோம்.

பிரமாண்டமான கோவில் தரிசனைத்தை முடித்துக் கொண்டு மலையேற தொடங்கினோம். அந்த மலையின் அழகு, சுற்றிலும் மரங்கள் சில தூரம் படிக்கட்டுகள், சில இடத்தில் கல்லும், மண்ணும் சேர்ந்த நடைபாதை. மலை ஏறி சற்று தூரம், செல்லச் செல்ல சிறிதாக தெரியும் ஊர். ஒரு இடத்தில இருந்து பார்க்கும் போது அருணாச்சலேஸ்வரர் கோவில் முழுவதும் அற்புதமாகத் தெரியும் ஒரு காட்சி.

சில மணி நேரத்திற்கு முன், கோவில் உள் இருந்து மலையின் பிரம்மாண்டத்தை ரசித்தோம். இப்போது மலை மீது நின்று கோவிலின் பிரம்மாண்டத்தை ரசிக்கிறோம்.

கோவில் உள்ளிருந்து மலையின் பிரம்மாண்டத்தை ரசித்தவன் இன்னும் அதை ரசித்துக் கொண்டிருக்கிறானோ! என்று தோன்றியது.

மலையில் உள்ள இரண்டு முக்கியமான குகைகள், விருபாக்ஷி குகை, ஸ்கந்தாஸ்ரமம் சென்று கண்மூடி அமர்ந்து அமைதியை உணர்ந்தோம். எல்லா மனிதர்களுக்கும் மனம் என்பது நிற்காமல் ஓடிக் கொண்டே இருக்கும். அதுவும் கலைத்துறையில் இருப்பவர்களுக்குச் சற்று கூடுதலாகவே இருக்கும்.

நாம் பரபரப்பாக இருக்கும் போது சில மௌனமான - அமைதியான தருணங்களும் தேவை தான்.

அங்கே சுனை நீர் ஒன்று இருந்தது. தாகத்திற்கு அதை குடித்துவிட்டு சிறு திண்ணை ஒன்றில் அமர்ந்தோம்.

அப்போது ஒரு பெரியவர் கையில் கொம்பு ஒன்று வைத்துக் கொண்டு, இடுப்பில் வெள்ளைத் துண்டு, கிழிந்த காவி ஒன்றை போர்வையாக போர்த்தி இருந்தார். ஒல்லியான தேகம், நல்ல உயரம், அடர்ந்த தலைமுடி பின்னால் ஒரு பெரிய கொண்டைப் போட்டு இருந்தார். தாடியும், மீசையும் அடர்த்தியாகவே இருந்தது. வயது எப்படியும் ஒரு எழுபது வயதுக்கு மேல் இருக்கும். எங்கள் பக்கத்தில் வந்து அமர்ந்து "சர்வம் சிவமயம் என்றார்.." சிறிது நேரம் மௌனம் நிலவியது.

"உங்கள் தேடல் இன்னும் முடியல போலிருக்கே.." என்றார். முதலில் எங்களுக்குப் புரியவில்லை.

"என்ன சொல்றீங்க பெரியவரே "என்றேன்.

"நீங்க ரெண்டு பேரும், வரும் வழியில மலையின் அடிவாரத்துல ஒரு பழச்சாறு கடைப் பார்த்தீங்களா?" என்றார் பெரியவர்.

சற்று யோசித்து, "ஆமா... அங்க ஒரு கடைல ஒரு அம்மா, ஜூஸ், மோர் வேணுமான்னு கேட்டாங்க.. நாங்க வேண்டாம்."என்று தலையசைத்தது நினைவுக்கு வந்தது.

"இப்போ, போற வழியில ஏதாவது நீர் ஆகாரம் குடிச்சுட்டுப் போங்க." என்றார்.

சஞ்சயாவின் மனதில் இவர் என்ன அந்தக் கடைக்கு மார்கெட்டிங் பண்றாரோ என்று நினைத்தாள்.

எங்களைத் திரும்பி பார்க்காமல், "சஞ்சயா! மார்கெட்டிங் பண்ணி எனக்கு என்ன ஆக போகுது... உங்க தேடலுக்கு நான் பதில் சொன்னேன்.. இன்னும் ஒரு சந்தர்ப்பத்துல மீண்டும் சந்திப்போம்" என்று கூறியபடி சென்றார்.

'என்னோட பேரு இவருக்கு எப்படித் தெரியும்?? ஒரு வேளை பேசுவதை ஒட்டு கேட்டு இருப்பாரோ' என்றெல்லாம் பல குழப்பத்துடன்

மலை அடிவாரத்தில் இருந்த அந்த கடையில் மோர் வாங்கிக் குடித்தோம்.

சுற்றும் முற்றும் பார்த்தோம் எதுவும் அதிசயமான சம்பவம் நடப்பதாகத் தெரியவில்லை, கடைக்கு உள்ளே யாரோ பாத்திரம் தேய்த்துக் கொண்டிருந்தார்கள். அக்கம் பக்கம் சில ரோட்டுக் கடைகள் இருந்தது, இன்னும் சில பேர் மோர் குடிக்க வந்தார்கள்.

மோரை குடித்துவிட்டு, குழப்பத்துடனே டைரக்டர் ஜோஷி முன் நடந்தார், நானும் ஏதோ யோசித்தபடி மோருக்கு பணம் கொடுத்து அவரை பின் தொடர்ந்தேன். சற்று தூரம் நடந்திருப்போம்.

"மேடம்!" என்று பெண்ணின் குரல் கேட்டுத் திரும்பி பார்த்தோம்..

"இந்தாங்க மீதி காசு...அம்மா கொடுக்க மறந்துட்டாங்க "என்று சஞ்சயாவை பார்த்து மூச்சு இறைக்கப் பணத்தை கொடுத்துச் சென்றாள் ஒரு பெண்.

"தேங்க்ஸ் மா "என்று கூறி மறுபடியும் நடக்க ஆரம்பித்தோம். சில அடி எடுத்து வைத்திருப்போம். அந்தப் பெண்ணின் கண்கள் பவர் புல், முகம் கருப்பாக இருந்தாலும் களையாக இருந்தாள். ஒரு பத்தொன்பது வயது இருக்கும்.

"வித்யா... சீக்கிரம் வா!" என்று அவளின் அம்மா தூரத்திலிருந்து கூப்பிட்டாள். அது எங்களுக்கான வார்த்தையாக எடுத்துக் கொண்டோம்.

முதல் படத்திற்கு நாயகி கிடைத்தது போல தோன்றியது. அந்தப் படத்தின் கதாபாத்திரத்தின் பெயர்" மாயா" வித்யாவை மாயாவாக மாற்றினோம். அவர் அம்மாவின் சம்மதம் வாங்க பெரும் பாடுபட்டோம்.

வெகு சீக்கிரம் நடிப்பின் நுணுக்கங்களைக் கற்று தேர்ந்தாள் வித்யா! அடிக்கடி தனக்குச் சினிமாவில் நடிப்பது போல் கனவு வரும் என்று கூறியது வியப்பாகவும் ஆச்சரியமாகவும் இருந்தது.

இந்தப் பத்து வருடத்தில்.. வித்யா டூ மாயா.. ஒரு நடிகையாக நட்சத்திர அந்தஸ்து பெற்று சினிமாவில் உச்சம் தொட்டது தனக்குப் பெருமையாக இருந்தது என்று சஞ்சயா தெரிவித்தாள். இதை அத்தனையும் ரெகார்ட் செய்து எழுதிக் கொண்டிருந்தார் சகாதேவன்.

அவர்கள் இருந்த அந்த அறை சற்று நேரம் நிசப்தமாக இருந்தது. சகாதேவன் மெதுவாகத் தொடர்ந்தார்.

"சஞ்சயா! ரிலாக்ஸ்.. நல்ல ஆழமா மூச்சு இழுத்து விடு உனக்குள்ள தேடிப்பார்!. என்ன நடக்கிறதுன்னு சொல்லு.. உன் எண்ணங்களை

யாரோ புரட்டிப் பாக்கறாங்கன்னு சொன்னியே! யாரு அது..! ஆழமா உள்ளே போய் பார்" என்றார் சகாதேவன்.

சஞ்சயா! உள்ளுக்குளே எதோ யோசித்தப்படி அரை மயக்கத்தில் இருந்தாள், புருவமத்தியில் சுருக்கம் விழுந்து விரிந்தது.. மூச்சு சீராக இல்லை.

"நான் மருத்துவமனையில் முற்றிலும் இறந்து விட்டேன்.. என் உடல் அசைவற்றுக் கிடப்பதையும், மருத்துவர்கள் என்னை காப்பாற்ற முயற்சிப்பதையும் பார்த்தேன். ஏதோ ஒரு சக்தி என்னை மறுபடியும் உடலுக்குள் தள்ளியது. சிறிது நேர போராட்டத்திற்குப் பிறகு உயிரும் உடலும் ஒன்றானது. அதன் பிறகு சஞ்சயா.. எழுந்திரு.. உன்னால் முடியும் என்று யாரோ கூறினார்கள்" என்று சற்று நிறுத்தினாள் சஞ்சயா.

"யார் அது?" என்று மெதுவாகக் கேட்டார் சகாதேவன்.

சில நொடி மௌனத்திற்குப் பிறகு.. தொடர்ந்தாள் சஞ்சயா.

"சைதன்யா.. டெலிஸ்.. டெலிஸின் தலைமை இயக்குனர்.." என்று பதில் வந்தது.

சகாதேவனுக்கு ஒன்றுமே புரியவில்லை, "டெலிஸா ... அப்டின்னா என்ன?" என்றார்.

சஞ்சயா புருவமத்தி அதிகம் சுருங்கி விரிந்தது..

"டெலிஸ் மக்கள்.. அவர்கள் கி.பி 5123 வருடத்தில் வாழ்கிறார்கள்." என்றதைக் கேட்டதும். அதிர்ச்சி அடைந்தார் சகாதேவன்.

இது எப்படி சாத்தியம் என்று தோன்றியது. எதிர்காலத்தில் (மூவாயிரம் வருடத்திற்குப் பிறகு) இருக்கும் நபர், இப்போது எப்படித் தொடர்பு கொள்ள முடியும்?

இரண்டு காலகட்டங்கள் ஒன்றாக இயங்குகிறதா? இல்லை ஒன்றாக இயங்குவது போல் தெரிகிறதா? என்று சகாதேவன் யோசித்துக் கொண்டிருக்கும் சமயம்...

சஞ்சயா தொடர்ந்தாள், வீட்டிற்கு வெளியே உள்ள செடியில்... ஒளி வட்டமுடைய பட்டாம்பூச்சி பறந்து கொண்டிருந்தது..

எதிர்காலம் – டெல்ஸ் மக்கள்

மாராதது பிரம்மம் ஒன்றே.. பிரபஞ்சம் மாறுதலுக்கு உட்பட்டது.

நிகழ்காலத்திலிருந்து சுமார் 3000 ஆண்டுகளுக்குப் பிறகு, ஒரு சிறு பிரளயம் ஒன்று நிகழ்ந்தது. இந்த உலகமும், உயரினங்களும் மாறுதலுக்கு உட்பட்டிருந்த காலம். மனித இனம் மிகக் குறைந்த அளவே காணப்பட்டது. டெக்னாலஜி மிக வேகமாக வளர்ந்திருந்த காலம்.

பிரளயத்திற்குப் பிறகு உருவான ஒரு புதிய தீவு, இந்தியாவின் தெற்குமுனை கன்னியாகுமரியில் இருந்து சுமார் 8500கி.மீ தூரத்தில் உருவாகி இருந்தது.

பலதரப்பட்ட மக்கள் இங்கே வந்து தங்கள் வாழ்வாதாரத்தை நிலை நிறுத்திக் கொண்டார்கள். எல்லாரும் ஏற்றுக் கொண்டு, பின்பற்றும் மொழியாக மக்களோடு தமிழும் வாழ்ந்து வந்தது.

அந்த புதிய தீவின் பரப்பளவு சுமார் தென் இந்தியாவைப் போல் நீளமும், அகலமும் கொண்டதாக இருந்தது. பிரளயத்தில் சுயம்புவாக

உருவான அந்தத் தீவு ஆரம்பத்தில் சுற்றுலா தலமாகப் பார்க்கப்பட்டு பிறகு கொஞ்சம் கொஞ்சமாக மக்கள் அங்கு குடி வந்தார்கள், பத்து தலைமுறைகள் அங்கு வாழ்ந்து வளர்ந்து இயற்கையைச் செம்மைப்படுத்தி சொர்க்கப் பூமியாக மாற்றினார்கள்.

அதே காலகட்டத்தில் தொலைத் தொடர்பில் மிக அதிக நவீனத்துவம் கொண்டிருந்தது **கல்பபிரம்மா நிறுவனம்**.

டெலிஸ் என்னும் புதிய டெக்னாலஜியை ஆராய்ச்சி செய்து தங்களது நூறாவது வருடத்தில் பயணித்துக் கொண்டிருந்தார்கள். டெலிஸ் டெக்னாலஜி மற்ற நாடுகள் வியக்கும் வண்ணம் அதி நவீனம் பெற்றிருந்ததால் அந்தத் தீவை **டெலிஸ் லேண்ட்** (Telis Land) எனவும், மக்களை டெலிஸ் மக்கள் எனவும் அழைக்கப் பெற்றார்கள்.

டெலிஸின் தொழில் நுட்பம் மிகவும் அபாரமான ஆற்றல்களைக் கொண்டது. கண்களுக்குத் தெரியாத ஒரு மின்காந்த சக்தியை மனித மூளையோடு இணைத்து ஒரு ஒளி கீற்றை உருவாக்கினார்கள்.

அந்த ஒளி இவர்கள் மூளைக்கு உள்ளேயும் வெளியேயும் செயல்படும்.

மூளையும் மனதும் எப்படி செயல்படுகிறதோ அதை ஒரு பிரதி போல் எடுத்துச் செயற்கையாக உருவாக்கி, மறுபடியும் ஆழ்மனத்தோடு இணைத்துப் பல அற்புதங்களை நிகழ்த்தியது.

இவ்வாறு டெலிஸ் பொருத்தப்பட்ட மனிதர்கள், எந்த வித உபகரணங்கள் இன்றி ஒருவருக்கொருவர் பேசிக் கொள்ளலாம். தூரத்தில் இருக்கும் இடத்தை, பொருட்களை அங்கு டெலிஸ் பொருத்தப்பட்டிருக்கும் நபரின் மூலம் பார்க்கலாம்.

இதை கேட்டுக் கொண்டிருந்த சகாதேவன் தனது மொபைல் போனைப் பார்த்தார். வரும் காலத்தில் மக்கள் இதைப் பயன்படுத்தப் போவதில்லை. பரிணாம வளர்ச்சி பெற்று இதுவும் டெலிஸ் என்னும் ஒரு தொழில் நுட்பமாக மாறப்போகிறது என்று நினைத்தார்.

"சஞ்சயா! இது எல்லாம் உன் மனசுக்குள்ள படம் போல் தெளிவாகத் தெரியுதா? உனக்கு எப்படி தெரியுது?"

சஞ்சயா சற்று அமைதியாக இருந்தாள்.

சற்று நேரத்திற்கு பிறகு, "இது கனவுல வரும் காட்சி போல இருக்கு. காட்சிகள் தெளிவா இல்லை ஆனால் தெரிகிறது. யாரோ என் எண்ணங்களுக்குள் இதைத் தேடுகிறார்கள், ஏதோ ஆராய்ச்சி செய்வது போல இருக்கிறது" என்று

தொடர்ந்தாள். இப்பொது சஞ்சயா மயக்கத்தில் இல்லாமல் தெளிவாகப் பேசினாள்.

இன்னும் ஒரு ஆச்சரியமான விஷயம் என்னவென்றால், இயற்கையின் பரிணாம வளர்ச்சியில் வரலாறு திரும்புதல் என்று கூறுவார்கள்.

ஆதி காலத்தில் உலகில் பெண்கள் மட்டுமே வாழ்ந்து வந்ததாக ஒரு வரலாறு கூறுகிறது. ஏனென்றால் அக்கால சூழ்நிலையில் அவர்கள் தானாகக் கருத்தரித்து கொண்டு குழந்தைப் பெற்று கொள்வார்கள்.

அது போல் எதிர்காலத்தில் விருப்பம் உள்ள டெலிஸ் பெண்கள் தானாகக் கருத்தரித்து கொண்டு குழந்தைப் பெற்றுக் கொண்டார்கள்.

காதல், திருமணம், குடும்பம் என்று அதுவும் இருந்து வந்தது. விருப்பம் உள்ளவர்கள் திருமணம் செய்து குடும்பமாக வாழ்ந்து வந்தார்கள். அதில் விருப்பம் இல்லாதவர்கள் ஒரு ஒளி கீற்றை துணையாக உருவாக்கி அதனோடு வாழ்ந்து வந்தார்கள்.

டெலிஸ் காலத்தில் குற்றங்கள் வெகுவாக குறைந்தே இருந்தது. ஒரு பிரளயத்தில் இருந்து உலகம் மீண்டு எழுந்ததாலும், போட்டி பொறாமை, ஏற்ற தாழ்வுக்கான எண்ணம் எல்லாம் குறைந்தே இருந்தது.

பிரளயத்தில் இருந்து மீண்டு வந்த சமுதாயம் ஒரு வகையான மனப் பக்குவத்தை அடைந்திருந்தது. பெண்கள் மிகவும் பாதுக்காப்பாக இருந்தார்கள். ஒட்டு மொத்த மனிதச் சமுதாயமும் முன்னேற்ற பாதையை நோக்கி இருந்தது. அதுவும் டெலிஸ் மக்களின் கவனம் முழுவதும் டெக்னாலஜி வளர்ச்சியை நோக்கியே இருந்தது.

டெலிஸ் மக்களின் அயராத உழைப்பினால் இயற்கையை நன்கு வளர்ந்து, போற்றிப் பாதுக்காக்கப்பட்டது.

இன்னும் ஒரு அதிசயமான விஷயம், விஞ்ஞான வளர்ச்சியின் ஒரு புதிய சகாப்தமாக, முன்னோடியாக டெலிஸ் ஹப் (Telis Hub) என்னும் மினி டெலிபோர்ட்டேஷன் ஹப் கண்டுபிடிக்கப்பட்டது.

ஓர் இடத்தில் இருந்து இன்னொரு இடத்திற்குச் செல்ல, வாகனங்கள் இல்லாமல், டெலிபோர்ட்டேஷன் ஹப்பை பயன்படுத்தினார்கள்.

குடுவைப் போல இருக்கும் ஒரு பெட்டி அதில் அமர்ந்தால் போதும் நொடியில் இன்னொரு இடத்தில் அதே குடுவை போல் இருக்கும் பெட்டியில் வந்து விடுவார்கள். இது லிப்ட்டில் பயணம் செய்வது போல்.

மற்ற நாடுகளில் இது போல் தொழில் நுட்பம் இன்னும் அறிமுகம் செய்யாததினால் விமானம், கப்பல் போக்குவரத்தும் இயங்கி வந்தது. சிறு பயணங்களுக்கு வாகனப் போக்குவரத்தை பயன்படுத்தினார்கள்.

தூரப்பயணங்களுக்கு டெலிஸ் ஹப் பயன்பாட்டில் இருந்தது. இது போல் டெலிஸ் ஹப் இந்தியாவில் ஆறு இடத்திலும், அமெரிக்காவில் இரண்டு இடத்திலும், யூரோப்பில் மூன்று இடத்திலும், ஆசியா பகுதிகளில் நான்கு இடத்திலும் இயங்கி வந்தது.

இந்தத் தொழில்நுட்பத்தை நிறுவுவதற்கும், பராமரிப்பதற்கும் மிகப் பெரிய தொகை தேவை என்பதால் பொருளாதாரத்தில் வளர்ச்சி அடைந்த நாடாக இருந்த டெலிஸ் லேண்ட் அதை செய்து வந்தது.

வல்லரசு நாடுகளில் முதல் இடத்தில் இந்தியாவும், அதன் இணையான இடத்தில் டெலிஸும் இருந்தது.

டெலிசின் பூர்வீகம் இந்தியா, பிரளயத்திற்குப் பிறகு தனித் தீவாக உருவான ஒன்றை, இந்தியாவில் இருந்து வந்து குடிபெயர்ந்த மக்கள் உருவாக்கிய பூமி தான் டெலிஸ் லேண்ட். அதனால் இந்தியாவிடம் மிகவும் நெருங்கிய நட்பு உறவு கொண்டிருந்தது டெலிஸ் லேண்ட்.

இதை அத்தனையும் சஞ்சயா மூலம் கேட்டுக் கொண்டிருந்த சகாதேவனுக்கு ஆச்சரியமாகவும், குழப்பமாகவும் இருந்தது. இது அத்தனையும் உண்மையா? இல்லை சஞ்சயாவின் ஆழ் மனதில் இருக்கும் கற்பனைக் கதையா என்று தோன்றியது.

இன்னும் ஒரு விஷயத்தைக் கேட்டு, ஆச்சரியமும், அதிர்ச்சியும் தாங்க முடியாமல், அறைக் குளிர்ந்த நிலையில் இருந்த போதும் வேர்த்து, பதற்றத்துடன் காணப்பட்டார்.

அது! டெலிஸ் மக்களுக்கும், ஏலியன்களுக்கும் இருக்கும் தொடர்பு தான். டெலிஸின் அட்வான்ஸ்ட் தொழில்நுட்பம் மூலம் ஏலியனிடம் கம்யூனிகேஷனில் இருந்தார்கள்.

இதை சகாதேவன் கேட்டதும் ஒரு பக்கம் பதற்றம் நிலவிய போதும் மற்றொருபுறம் ஆர்வம் அதிகமானது. ஏலியன்ஸ் எப்படி இருப்பார்கள்? எதிர்காலத்தில் அவர்களோடு டெலிஸ் மக்கள் எப்படித் தொடர்பில் இருந்தார்கள் என்று ஆர்வமாகக் காத்திருந்தார்.

அதற்கு இடையூறு தரும் வகையில் யாரோ பலமாக காலிங் பெல் அடிக்கும் சத்தம் கேட்டது.

சஞ்சயா ஏதோ யோசித்தபடி சற்று திடுக்கிட்டாள். சகாதேவனும் கடுப்பாகி அறைக்கு வெளியே சென்று கதவைத் திறந்து பார்த்தார்.

இரண்டு சீருடை அணிந்த பெண் போலீஸ் அதிகாரிகள் நின்று கொண்டிருந்தார்கள். இன்னும் ஏலியன்ஸ் குழப்பத்தில் இருந்து வெளிவராத சகாதேவன் புருவத்தைச் சுருக்கி குழப்பத்துடன் பார்த்தார்.

"சகாதேவன் என்பவரைப் பார்க்க வேண்டும் "என்று கம்பீரமாக ஒரு பெண் போலீஸ் கேட்டார்.

"நான் தான்" என்று கூறியதும், அனுமதி கேட்காமல் இரண்டு பேரும் உள்ளே நுழைந்தனர். வீட்டை நோட்டம் விட்டபடி "நான் எஸ்.ஐ. ஷர்மிளா" என்றார்.

பக்கத்தில் இருந்த மற்றொரு பெண் போலீஸ் தன்னை அறிமுகம் செய்யவில்லை. கான்ஸ்டபிள் ஆக இருக்கலாம் என்று யூகித்துக் கொண்டார்.

கையில் ஒரு பிடிமானதைப் பிடித்த படி ஒரு பக்கம் தாங்கலாக நடந்து கொண்டு அறையில் இருந்து சஞ்சயாவும் வெளியே வந்தாள்.

"இவங்க....?? "என்று எஸ்.ஐ. கேட்டார்.

"என் பொண்ணு சஞ்சயா "

"ஓ! இவங்க தான் நடிகை மாயா நடிச்ச படத்தினோட அஸோஸியேட் டைரக்டரா?" என்று கூறி தொடர்ந்தார் எஸ்.ஐ.ஷர்மிளா.

"நேத்திக்கு நைட், நடிகர் அர்ஜுன் கிருஷ்ணாவை, மாயா கொலை செய்ய முயற்சி செய்து இருக்காங்க, அர்ஜுன் கிருஷ்ணாவின் அப்பா கேஸ் கொடுத்திருக்கார்."

நடிகர் அர்ஜுன் கிருஷ்ணாவின் தந்தை ஆளும் கட்சி (M.L.A) என்பதை சகாதேவன் அறிவார். ஏன் இங்கு வந்தார்கள் என்று யோசிப்பதற்குள் எஸ்.ஐ தொடர்ந்தார்.

"உங்க மேல இன்-டைரக்ட் சார்ஜ் இருக்கு, நடிகை மாயா இப்போ மனநலம் பாதிக்கப்பட்டு இருக்காங்க. அதற்கு காரணம் உங்களிடம் அஸிஸ்டண்ட்டா இருக்கற ஜெய் மேல குற்றச்சாட்டு இருக்கு.

ஜெய்யை அரெஸ்ட் பண்ணிட்டோம். டைரக்டர் ஜோஷி வெங்கட் மேலையும், அப்பறம் உங்க மேல இன்-டைரக்ட் சார்ஜ் இருக்கிறதனால விசாரணைக்கு உங்களக் கூட்டிட்டு போக வந்திருக்கோம். இப்பவே வாங்க" என்று கண்டிப்பான குரலில் எஸ்.ஐ ஷர்மிளா கூறினார்.

சகாதேவன் தலையில் கை வைத்தபடி ஏதோ சொல்ல வந்தார்.

அதற்கு நேரம் தராமல் "ஒரு டாக்டராக இருக்கறதுனால தான் மரியாதை கொடுக்கறேன். இம்மீடியேட்டா வாங்க" என்றார் ஷர்மிளா.

சகாதேவன் பதற்றமாக சஞ்சயாவிடம் "உன் நண்பர்களை வரச் சொல்லி சப்போர்ட்க்கு இருக்கச் சொல்லு. நான் என்னனு பார்த்துட்டு வரேன்" என்று வக்கீலுக்குப் போன் செய்தபடி வீட்டில் இருந்து சகாதேவன் புறப்பட்டார்.

வெளியே வந்து அவர்களை பார்த்துக்கொண்டிருந்தார் சஞ்சயா, பட்டாம்பூச்சி கண்ணில் பட்டது, சஞ்சயா மனதில், பல வருடங்களுக்கு முன் திருவண்ணாமலையில் சந்தித்த அந்த சாது பெரியவரும், டெலிஸ் மக்களும் நினைவிற்கு வந்தார்கள்.

எதிர்காலம் – டெல்ஸ் லேண்ட்

தன் மனதிற்குள் தெரியும் எதிர்கால டெல்ஸ் மக்கள் வாழ்க்கையை எழுதத் தொடங்கினாள் சஞ்சயா!

எதிர்காலத்தில், தொலைதொடர்பில் டெல்ஸ் என்னும் டெக்னாலஜியை அறிமுகம் செய்து உலகத்திற்கே முன்னோடியாக திகழ்ந்த டெல்ஸ் மக்கள். தங்கள் அன்றாட வாழ்க்கையை இயற்கையுடன் இணைந்து வாழ்ந்தார்கள்.

எதிர்காலம், எதிர்கால மக்கள் என்று நினைக்கும் போது நம் கற்பனையில் பறக்கும் தட்டுகளும், உயர்ந்த கண்ணாடி அடுக்கு கட்டிடங்களும் நினைவுக்கு வரும். அப்படி தான் திரைப்படங்களில் சித்தரித்து இருக்கிறார்கள். ஆனால் அங்கே அதற்கு மாறாக கற்களாலும், பாறைகளாலும்,மண்ணாலும் கட்டப்பட்ட வீடுகள் இருந்தது. எங்குமே அடுக்கு மாடி கட்டிடங்கள் இல்லை, அலுவலகங்கள் கூட நில பரப்பளவில் அகலமாக கட்டி இருந்தார்கள். மக்கள் இயற்கையோடு சேர்ந்து வாழ்ந்ததால் விவசாயம் பெரிதும் போற்றப்பட்டது. அதுவும்

சூரிய சக்தியைப் பயன்படுத்திய கருவிகள் கொண்டே உழுதார்கள். அனைத்து வாகனங்களும் விமானம், கப்பல் உட்பட சூரிய சக்தியைப் பயன்படுத்தி இயங்கியதால் புகை மாசு என்பது முற்றிலும் இல்லாமல் இருந்தது.

இப்போது பயன்படுத்துவது போல் கம்ப்யூட்டர் லேப்டாப் எதுவும் அங்கே இல்லை. அதற்குமாறாக டெலிஸ் ஒளித்திரையைப் பயன்படுத்தினார்கள். ஒரு இடத்தில் இருந்தபடியே கை விரல்களினால் ஒரு வெற்றிடத்தில் வட்டம் இட்டோ, சதுரம் வரைந்தோ ஒரு ஒளி திரையை உருவாக்கி தேவையான அனைத்து டேட்டா இன்பர்மேஷனை எடுக்கலாம், பதிவு செய்யலாம்.

ஏன் ஒரு பெரிய ஒளி திரையை உருவாக்கி ஆயிரம் பேர், பத்தாயிரம் பேர், ஏன் கோடி பேர் கூட ஒரு இடத்தில் விஷுவலாக(visual) சந்திக்கலாம். பிறகு நொடி பொழுதில் நினைத்தால் கலைத்து விடலாம். எல்லா அலுவலக வேலையும், கம்யூனிகேஷனும் அந்த டெலிஸ் ஒளித்திரைக் கொண்டே செய்யப்பட்டது.

எந்த விதமான காகிதமும், எழுதுகோலும் அங்கே தேவை இல்லை. ஒளித்திரையில் காகிதம் உருவாக்கி அதிலேயே எழுதி சேமித்து வைக்கப்பட்டது. மனிதனுக்கு இந்த டெலிஸ் தொழிநுட்பத்தை அவன் மூளையோடு கனெக்ட் செய்வது, அதைப் பராமரிப்பது, பிறகு இறந்த

பின் அதை அகற்றி அழிப்பது அல்லது மறுசுழற்சி செய்வது என அத்தனை வேலையையும் **"கல்ப பிரம்மா"** என்னும் நிறுவனம் செய்து வந்தது.

டெலிஸ் ஒளித்திரை தொழிநுட்பம் ஒரு ஓபன் சோர்ஸ் என்பதால் பெற்றோர்கள் எப்போது வேண்டுமானாலும் விர்சுவலாக கல்ப பிரம்மா நிறுவனத்தைத் தொடர்பு கொண்டு தங்கள் பிள்ளைகளுக்கு இன்ஸ்டால் செய்து கொள்ளலாம். இன்ஸ்டாலேஷன் இலவசம், பராமரிப்பிற்குக் குறைந்த அளவு கட்டணம் வசூலிக்கபட்டது.

சராசரியாக ஆறு வயதுக்கு மேல் டெலிஸ் பொருத்தப்பட்டது. பாடப்புத்தகம் அச்சடிக்கவோ சுமந்து கொண்டு செல்லவோ தேவையில்லை.

பள்ளிக்கூடங்கள் விர்சுவல் முறையில் செயல்பட்டு வந்தது. பெற்றோர்கள் வேறு ஏதேனும் வேலையில் இருக்கும் போது பிள்ளைகளைக் கவனிப்பதற்கு தங்கள் டெலிஸ் ஒளித்திரையில் ஒரு பகுதியை நகல் எடுத்து கவனித்தார்கள்.

அதே போல், எல்லோர் வீட்டிலும் மினி டெலிஸ் டெலிபோர்ட்டேஷனுக்குப் பெட்டி இருந்தது. ஒரு பொருளை அனுப்ப வேண்டும் என்றால் அதை அந்த டெலிபோர்ட் பாக்ஸில் வைத்து பெறுநர் டெலிபோர்ட்க்கு என்னை

தேர்வு செய்து அனுப்பினால் நொடி பொழுதில் அந்த பொருள் அங்கே சென்று விடும்.

அந்த மினி டெலிஸ் பாக்ஸின் தொழில்நுட்பத்தின் மூலம் வீட்டிற்குத் தேவையான சிறு பொருட்கள், உணவு பொருட்கள் டெலிவரிக்குப் பயன்படுத்தினார்கள்.

ஒரு புறம் தொழிநுட்பத்தில் முன்னோடியாக இருந்தாலும், மறுபுறம் டெலிஸ் மக்கள் பாரா சைக்காலஜி எனப்படும் மரணத்திற்குப் பின் மனிதனின் நிலை, ஆவிகளின் உலகம், கனவு உலகின் ஆராய்ச்சி போன்றவற்றில் மிகுந்த ஆர்வமாக இருந்தார்கள்.

ஒரு சில மக்கள், டெலிஸ் தொழிநுட்பம், மற்றும், பாரா சைக்காலஜியை புறக்கணித்து இயற்கையோடு சராசரியான வாழ்க்கை வாழ வேண்டும் என்பதில் தீவிரமாக இருந்தார்கள். அதற்காக அவ்வப்போது போராட்டத்திலும் ஈடுபட்டார்கள். அவர்கள் டெலிஸ் மக்களோடு கலக்காமல் தனியான ஒரு இடத்தில் வாழ்ந்து வந்தார்கள். புதிய தொழில்நுட்பத்தோடு தங்களை இணைத்துக் கொள்ளாததால், அவர்கள் ஒதுக்கப்பட்டார்களாகவே கருதப்பட்டார்கள். சமுதாயம் முன்னேற்ற பாதையில் செல்வதற்கு இவர்கள் பெரும் தடை என்றே டெலிஸ் மக்கள் கருதினார்கள்.

பாரா சைக்காலஜி மற்றும் டெலிஸ் தொழில்நுட்பத்தை இணைக்கும் முயற்சியில், மனிதனை மரணத்திற்குப் பின் உயிர்ப்பிக்கும் ஆராய்ச்சியில், பல ஆண்டு காலம் மிகத் தீவரமாக ஈடுபட்டு வந்தார்கள் டெலிஸ் மக்கள்.

அதில் பல தோல்விகளை சந்தித்தார்கள். இடை விடாத ஆராய்ச்சியினால் டெலிசின் தொழிநுட்பத்தைக் கொண்டு மனிதன் இறந்த பின் அவன் நினைவுகளை அப்படியே ஒரு நகல் எடுத்து அதை டிஜிட்டல் போர்ட்டலில் சேமித்து ஒரு புதிய டிஜிட்டல் ஒளி உலகத்தை உருவாக்கி அதில் வாழ வைத்தார்கள்.

மனிதன் இறந்த பின் ஒரு குறிப்பிட்ட நேரத்திற்குள் **கல்ப பிரம்மா** நிறுவனத்திடம் பதிவு செய்தால் இறந்தவரின் நினைவுகள் சேமிக்கப்பட்டது.

டெல்ஸ்ன் ஒளி உலகம்

கல்பபிரம்மா நிறுவனத்தின் பாரா சைக்கோலஜி ஆராய்ச்சியில் ஒரு மைல் கல் தான் ஆர்டிபிஷியல் இன்டெலிஜென்ஸியின் (எ.ஐ) அடுத்த கட்ட வளர்ச்சி அவர்கள் உருவாக்கிய ஒளி உலகம்.

நிலவில் இருந்து சுமார் மூன்று லட்சம் கீமீ தூரத்தில் இந்த ஒளி உலகத்தை நிறுத்தி இருந்தார்கள். பூமிக்கு நிகரான அகலம், நீளத்தைக் கொண்டு வானில் பிரகாசித்து வந்தது. அதற்கான அனைத்து இயக்கமும் பராமரிப்பும், செயல்பாடுகளும் **"கல்ப பிரம்மா"** நிறுவனம் செய்திருந்தது.

ஆரம்ப காலகட்ட ஆராய்ச்சியில், பூமியைப் போல் கடல், மலை, நிலப்பரப்பு என்று அனைத்து அம்சங்களையும் உள்ளடக்கிய ஒரு ஒளி உலகை உருவாக்கி அதை வானத்தில் நிறுத்தி ஜொலிக்க வைத்தார்கள்.

இந்த ஒளி உலகை 'இரண்டாம் நிலவு' என்று அழைத்தார்கள்.

மக்கள் டெலிஸ் மனத் திரையின் மூலம் அந்த ஒளி உலகைப் பார்த்து ரசித்தனர், ஒரு ஓவியம் வரைந்தது போல் கடலும், மலையும், நிலப்பரப்பும் வானமும், அதில் ஒரு நிலவும் என ஒளி வண்ணங்களால் ஜொலித்தை கண்டு மகிழ்ந்தனர். குழந்தைகள் முதல் பெரியவர்கள் வரை அதன் பிரம்மாண்டத்தையும், அழகையும் கண்டு வியப்புற்று ரசித்தனர்.

ஆரம்பகால கட்டத்தில் டெலிஸ் மக்கள் பார்த்து ரசிப்பதற்காக உருவாக்கப்பட்ட ஒன்று, பிறகு ஆராய்ச்சியின் அடுத்த கட்டமாக இறந்த மனிதனின் நினைவுகளை எடுத்து, அதற்கு ஒளி வடிவில் ஒரு உருவம் கொடுத்து அந்த ஒளி உலகில் உலாவவிட்டார்கள்.

மனிதன் நிலவில் கால் பதித்தது போல் அந்த நிகழ்வு விமர்சையாக கொண்டாடப்பட்டது.

படிப்படியே டெலிஸ் மக்கள் தங்களின் உறவுகளின் நினைவு அலைகளுக்குத் தங்களின் விருப்பம் போல் ஒரு ஒளி உருவம் கொடுத்து அதில் வாழ வைத்தார்கள். ஒளி உலகத்தின் நினைவு அலைகள் அதிகமாகியது.

ஒரு சுவாரஸ்யம் கொடுப்பதற்காக சில கதைகளைச் சேர்த்து அவர்களின் எண்ண அலைகளில் சில மாறுதல் செய்து அவர்களை நடிக்க வைத்து சந்தோஷம் அடைந்தார்கள்.

கல்ப பிரம்மா நிறுவனத்தின் வர்த்தகம் பெருகியது. இது நாடகம், தொலைக்காட்சி, சினிமாவின் அடுத்தகட்ட வளர்ச்சியாகவே கருதப்பட்டது.

டெலிஸ் மக்கள் உருவாக்கிய ஒளி உலகத்தின் நூறு ஆண்டு கால வளர்ச்சியில் தொலைக்காட்சியும், சினிமாவும் முற்றிலும் காணாமல் போயிருந்தது. அதற்கு மாறாக ஒளி உலகத்திற்குக் கதை, திரைக்கதை உருவாக்கி, இறந்தவர்களின் நினைவலைகளுக்குக் பாத்திரங்கள் கொடுத்து அவர்களை நடிக்க வைத்து இயக்கும் தொழிநுட்பம் பெருகியது. மறுபுறம், டெலிஸில் இருந்து ஒதுங்கி இருந்த சில மக்கள் ஆங்காங்கே சில இடங்களில் நாடகங்களை அரங்கேற்றி வந்தார்கள். அவர்கள் தொலைக்காட்சி தொடங்கவோ, சினிமா எடுக்கவோ, அனுமதி மறுக்கப்பட்டு வந்தது.

டெலிஸ் லேண்ட் பொறுத்தவரை கல்பபிரம்மா நிறுவனம் தான் அனைத்துமே.

அரசாங்கமும், ஆட்சியாளர்களும் அனைவருமே கல்பபிரம்மா நிறுவன இயக்குனருக்குக் கட்டுப்பட்டு இருந்தார்கள். கல்பபிரம்மா இயக்குனர், ஆணாக இருந்தால் ராஜ கெளரவமும், மரியாதையும், பெண்ணாக இருந்தால் ராணிக்கான கெளரவமும், மரியாதையும் வழங்கப்பட்டது.

அந்த நாட்டு அரசாங்கம் இவர்களின் ஒப்புதல் இல்லாமல் எந்த முடிவையும் தனித்து எடுக்க முடியாது. அதனால், ஆட்சியில் இருந்தவர்கள் கல்ப பிரம்மா ஆட்டி வைக்கும் பொம்மைகளாகவே இருந்தார்கள்.

கடந்த மூன்று தலைமுறையாகக் கல்ப பிரம்மாவின் இயக்கம் ராணி ஆட்சியாகவே இருக்கிறது.

இப்போது கல்பபிரம்மா மற்றும் டெலிஸ் லேண்டின் மொத்த இயக்கமும் கட்டுப்பாடும் **ராணி சைதன்யாவிடம்** உள்ளது. மிகவும் சக்திவாய்ந்த ஆளுமை மிக்கப் பெண்மணி.

டெலிஸ் லேண்ட் மற்றும் ஒளி உலகத்தின் வர்த்தக வளர்ச்சிக்கு மிக முக்கிய காரணமாக உள்ளவர். டெலிஸ் லேண்ட் வல்லரசு நாடாக திகழ்வதற்கு மிகவும் முக்கியமானவர் மற்றும் மக்களின் பெரும் ஆதரவு பெற்றிருப்பவர். அப்படி இருந்தும் சில எதிர்ப்புகளும், நெருக்கடிகளும் இருந்தே வந்தது.

ஒரு நாடே தன் கட்டுப்பாட்டில், டெலிஸ் என்னும் அட்வான்ஸ்டு டெக்னாலஜி, இவை அனைத்தும் இருந்தும் ஒரு பெரிய சம்பவம் நடக்கப் போகிறது என்று எதோ ஒரு உள்ளுணர்வு சொல்வதை உணர்ந்தார் ராணி சைதன்யா.

நிகழ்காலம்

டாக்டர் சகாதேவனும், உதவியாளர் ஜெய், ஜோஷி வெங்கட்டும் தெரிந்த வக்கீலின் துணைக் கொண்டு தங்களுக்கான முன் ஜாமீன் எடுத்துக் காவல் நிலையத்தில் இருந்து வெளியே வந்தனர்.

சகாதேவன் போன் செய்து விஷயத்தை சஞ்சயாவிடம் தெரிவித்து, மாயாவை சந்திக்க போவதாகக் கூறி மருத்துவமனைக்குப் புறப்பட்டனர். ஜோஷி வெங்கட் காரை இயக்க, பின்னால் சகாதேவனும் அவரது அசிஸ்டன்ட் ஜெய்யும் அமர்ந்து வந்தனர். சகாதேவன், ஜெய்யின் மீது கடும் கோபம் கொண்டு வசைபாடினார். ஜெய்யும் மாயாவும் செய்த முட்டாள்தனமான வேலை இந்தப் பிரச்சனையில் விட்டிருக்கிறது.

சில மாதங்களுக்கு முன் நடிகை மாயா ஜோஷி வெங்கட்டின் திரைக்கதைக் கதாபாத்திர நுணுக்கங்களை ஜெய்யிடம் கொண்டு வந்து, இந்த படத்தில் கதாபாத்திரமாகவே மாறி நடிக்க வேண்டும் என்பதற்காக, தன்னை ஹிப்னாடிஸ் (Hypnotize) செய்து அந்தக் கதாபாத்திரத்தை ஆழ் மனதில் இந்தப் படம் முடியும் வரை பதிய

வைக்கவும், பிறகு மறுபடியும் ஹிப்னாடிஸ் செய்து அந்தக் கதாபாத்திரத்தை மனதில் இருந்து வெளியே எடுக்கும் படி ஜெய்யை அணுகினர்.

ஜெய்யும் மனநல பயிற்சியில் டாக்டர் பட்டம் பெற்றவர். தன் பயிற்சியை மேம்படுத்திக் கொள்வதற்காக சகாதேவனிடம் அசிஸ்டண்டாகப் பணிபுரிபவர்.

முதலில் மாயா கூறிய இந்த விஷயம் முட்டாள்தனம் என்றாலும். இது ஒரு ஆராய்ச்சியாகச் செய்து பார்க்கலாம் என்று முடிவெடுத்து, டாக்டர் சகாதேவனுக்கு தெரியாமல் இதைச் செய்தார். ஹிப்னாடிஸ் செய்யக் குறிப்பு எழுதுவதற்கு டாக்டர் சகாதேவனின் பழைய லெட்டர் பேடை உபயோகம் செய்திருக்கிறார்.

இதை அனைத்தும் ஒரு ஆர்வ கோளாறில் செய்தாலும், முட்டாள் தனமான ஆராய்ச்சி தோல்வியில் முடிந்து, நடிகை மாயா மனநலம் பாதிக்கபட்டார்.

அந்த மருத்துவமனை வழக்கம் போல் பிஸியாகவே இருந்தது. மாயாவின் அறைக்கு சென்றனர். சகாதேவன் முகம் கோவத்தில் சிவந்தும், ஜெய் ஏதோ ஒரு குற்ற உணர்விலும், ஜோஷி குழப்பத்திலும் இருந்தார். நடிகை மாயாவின் தாயாரும், மேனேஜர் பானுவும் அங்கு இருந்தனர். மாயாவின் தாயார், ஜோஷி வெங்கட்டை பார்த்ததும் அழ தொடங்கினார்.

சகாதேவனுக்கு மாயாவைப் பார்ப்பதற்கு முன் கடும் கோபம் இருந்தது. அவள் செய்தது பெரிய முட்டாள்தனமான செயல் என்று தோன்றியது. ஆனால் தானும் ஒரு எழுத்தாளன் என்பதால், ஒரு கதாபாத்திரத்திற்கு உயிர் கொடுத்து அதை அடுத்த கட்டத்திற்கு நகர்த்தி செல்லும் நடிகர்களைப் பாராட்டாமால் இருக்க முடியாது.

எந்த ஒரு கதாபாத்திரமாயினும் அதை எழுதுபவராயினும் நடிப்பவராயினும் அந்தக் கதாபாத்திரத்தின் தாக்கம் சில மணி நேரம், சில வாரங்கள், மாதங்கள் ஏன் சில வருடங்கள் கூட இருக்க வாய்ப்பு உண்டு.

ஏன் சகாதேவனுக்கே அவர் எழுதிய கதைகளில் சில கதாபாத்திரத்தில் இருந்து வெளியே வர சில மாதங்களாகி இருக்கிறது. மாயாவிற்கு ஆறுதல் சொல்வதா இல்லை கோபப்படுவதா என்று தெரியாமல் நின்று கொண்டிருந்தார் சகாதேவன்.

மாயாவின் தாயார் டைரக்டர் ஜோஷியைப் பார்த்து அழுதுபடியே...

"சார்! நீங்க தான், சினிமா வாழ்க்கையை ஆரம்பிச்சு விட்டீங்க, கொஞ்சம் புத்திமதி சொல்லுங்க, ஏன் இப்படி பண்றாளு தெரியல.. ஏதோ கொலை முயற்சி, மன அழுத்தம், அது இதுன்னு சொல்றாங்க, நீங்க தான் அவளுக்கு

நல்லது எடுத்துச் சொல்லி பழைய நிலைக்குக் கொண்டு வரணும்."

மாயாவின் தாயார் மீது நல்ல மரியாதை வைத்திருந்தார் ஜோஷி. தனது மகள் நட்சத்திர அந்தஸ்து பெற்று, கோடிகளில் சம்பாதிக்கும் போது கூட, தன் சொந்த ஊரான திருவண்ணாமலையை விட்டு வர மாட்டேன் என்று கூறி இன்னும் அந்தப் பழக்கடையை நடத்தி வருகிறார். அவரது எளிமை, பற்றற்ற நிலை கண்டு வியப்பாக இருக்கும்.

பூர்வ ஜென்மத்தில் ஏதேனும் ஜென் துறவியாக இருந்திருப்பாரோ என்று கூட தோன்றும்.

அவர் கைகளை இறுகப்பற்றி, "நாங்கல்லாம் இருக்கும் போது நீங்க கவலைப்படாதீங்க பார்த்துக்கறோம்" என்று லேசாக கண் கலங்கிய ஜோஷி மாயாவைப் பார்த்தார்.

இந்த உலகத்திற்குத் தன்னை படைத்தவளும், கலைத்துறையில் தன்னைப் படைத்தவனும் அழுவதைப் பார்க்கும் போது மாயாவின் கண்கள் கண்ணீரில் நிரம்பியது.

அந்த தருணம் சில நொடி அந்த அறை அமைதியாக இருந்தது, பிறகு வெளியே சற்று சலசலப்பு கேட்டு எல்லோரும் கவனத்தை அங்கு திருப்பினார்கள்.

எம்.எல்.ஏ ஏகநாதன் (நடிகர் அர்ஜுன் கிருஷ்ணாவின் தந்தை) ஆவேசமாக உள்ளே வந்தார். சில கட்சி தொண்டர்கள், போலீஸ் பாதுகாப்பு, மீடியா என இடம் பரபரப்பாக மாறியது. அறையின் வெளியே இரண்டு பேர் அர்ஜுன் கிருஷ்ணாவை கை தாங்கலாக பிடித்த படி நின்று கொண்டிருந்தனர்.

அந்தக் கூட்டத்தின் நடுவே மாயாவைப் பார்த்துக் கொண்டிருந்தார் அர்ஜுன் கிருஷ்ணா.

ஏகநாதன் பெருமூச்சு வாங்கியபடி ஆவேசமாகத் தொடர்ந்தார்.

"நீ என்ன பெரிய ஸ்டார்னா, என் பையனைக் கொலை செய்ய முயற்சி செய்வியா… என் பையன இந்த நிலைக்குக் கொண்டு வர எவ்வளவு கஷ்டப்பட்டு இருக்கேன் தெரியுமா.. நாங்களும் சாதாரணமா வரல அடிமட்டத்திலிருந்து தான் வந்திருக்கோம் என் பையனக் கொல்ல முயற்சி செஞ்சிருக்கே. உன்ன சும்மா விட மாட்டேன். நல்ல பொறப்பு பொறந்திருந்தா.. "என்று கெட்ட வார்த்தை வாய் வரை வந்து, மீடியாவைப் பார்த்ததும் கட்டுப்படுத்தி கொண்டார்.

"உன்னோட வாழ்க்கை முடிஞ்சுது.." சற்று சுதாரித்து… "உன்னோட சினிமா வாழ்க்கை இத்தோட முடிந்தது". என்று கோபத்தின் உச்சியில் கத்தினார்

அந்தக் கூட்டத்தின் நடுவே கஷ்டப்பட்டு அர்ஜுன் கிருஷ்ணா உள்ளே வந்து தன் தந்தையிடம் ஏதோ சொல்ல முற்பட்டார்.

தன் மகனை பார்த்துக் கை உயர்த்தி கண்கள் சிவக்க

"ஏய்....! நீ சும்மா இரு.. ஏதாவது இனிமே இவளோட சகவாசம் வைச்ச... அவ்வளவு தான்.. இவ பண்ணதுக்கு தக்க தண்டனைக் கிடைச்சே ஆகணும்." என்று அருகில் இருந்த போலீசைப் பார்த்தார்.

மாயாவை ஒரு முறைக் கோபமாக பார்த்து நாக்கை மடித்து... கை ஒரு விரலை உயர்த்தி 'அவ்வளவு தான்' என்றபடி எச்சரிக்கை செய்து புறப்பட திரும்பிய தருணம்....

மாயாவின் தாயார் அவர் கையை பிடித்து மன்னிப்பு கேட்கும் வண்ணம்... "ஐயா! என் பொண்ணை மன்னிச்சிடுங்க!" என்று கூறிக் கொண்டே இருக்கும் போது அதைப் பொருட்படுத்தாமல் ஆவேசமாக அவர் கையை தட்டி விட்டு வெளியே புறப்பட்டார்.

வேகமாக கையைத் தட்டியதில் சற்று நிலைத் தடுமாறினார் மாயாவின் தாயார் அருகில் இருந்த பானு பிடித்துக் கொண்டார்.

அதைப் பார்த்த மாயா ஆவேசப்பட்டு "ஏய்ய்ய்ய்ய்....!" என்று கத்தினாள். உள்ளுக்குள்

இருந்த ரங்கநாயகி கதாபாத்திரம் வெளியே வந்தாள்.

அறை வெளியே சென்ற ஏகநாதன் அதைக் கேட்டு திரும்பினார்.

டைரக்டர் ஜோஷி வெங்கட் அவரைச் சமாதானம் செய்து அப்படியே வெளியே அழைத்து சென்றார்.

சகாதேவன் மாயாவைச் சமாதானம் செய்தார்.

அர்ஜுன்கிருஷ்ணா மாயாவைப் பார்த்தபடியே தன் தந்தையோடு வெளியே சென்றார். அவள் நாக்கை, மடக்கி, கண்கள் சிவந்து, கோபத்தில் பெருமூச்சுவிட்ட படி அமர்ந்திருந்தாள் ரங்கநாயகியாக...

"அருணாச்சலேஸ்வரா... முருகா..... சாமி.. என் பொண்ணுக்கு நல்ல வழிக் காட்டுப்பா.. 'மௌனச் சாமி' பெரியவரே! நல்ல வழிக் காட்டுப்பா "என்று எல்லாக் கடவுளையும் மனதில் நினைத்தபடி திருவண்ணாமலையில் இருக்கும் ஒரு மௌனத் துறவி, பெரியவர் என்று அழைக்கப்படுபவர் அவரையும் நினைத்து தரையில் அமர்ந்து அழுது கொண்டிருந்தார் மாயாவின் தாயார்.

ஏகநாதன் மருத்துவமனையில் இருந்து கோபமாகக் கார்ஏறும் போது அந்த மருத்துவமனை நுழைவு ரிசப்ஷன் டி.வி யில்.

"எம்.எல்.ஏ.. ஏகநாதன் நடிகை மாயா! மோதல்" என்று இரண்டு பேரும் நாக்கு மடித்து, கண்கள் சிவந்து ஒரு புகைப்படம் போட்டு துரிதச் செய்தியாக ஓடிக் கொண்டிருந்தது.

நிகழ்காலம் – திருவண்ணாமலை

சித்தர்கள் அபார ஆற்றல் மிக்கவர்கள். மக்களோடு மக்களாக வாழ்ந்து வருவார்கள். தக்க சமயமும் நேரமும் தேவையும் வரும் போது அவர்கள் ஆற்றல் வெளிப்படும்.

உடனுக்குடன் துரித செய்தியாக எம்.எல்.ஏ மற்றும் நடிகை மாயாவின் மோதல் ஒரு தேநீர்க் கடையில் சிறு தொலைக்காட்சி பெட்டியில் ஓடிக் கொண்டிருந்தது. ஒரு கூட்டம் அதை பார்த்தபடியே தேநீர் அருந்திக் கொண்டு அவரவர் கருத்துக்களை தெரிவித்துக் கொண்டிருந்தார்கள். சில கருத்து பரிமாற்றத்தில் வாக்குவாதம் நடந்தது.

அப்போது அங்கே ஒரு துறவி பெரியவர் வந்து நின்றார். ஒல்லியான கம்பீரமான தேகம், இடுப்பில் ஒரே ஒரு துண்டு கட்டி இருந்தார். மேலே ஒரு காவி சால்வையோடு இருந்தார். சில மாதங்களாக வளர்க்கப்பட்ட வெள்ளைத் தாடியும், பல வருடங்களாக வளர்ந்திருந்த வெள்ளை முடி கொண்டைப் போடப்பட்டிருந்தது.

நல்ல உயரம், அவர் உயரத்திற்குக் கொம்பு ஒன்று வைத்திருந்தார்.

அவரை பல பெயர்களில் மக்கள் அறிவார்கள். சிலர் பெரியவர் என்றும், மௌனச் சாமி என்றும் அழைத்தார்கள். பொதுவாக "பெரியவர்" என்று அழைத்தார்கள்.

எப்படியும் ஒரு எழுபது வயது மேல் இருக்கும். அவர் முகத்தில் முதிர்ச்சியும் கண்ணில் தேஜசும் அவரை பார்ப்பவர்களிடம் ஒரு வித அமைதியையும், மனத் தெளிவையும் ஏற்படுத்தியது.

அவருடன் இன்னொரு துறவியும் இருந்தார், அவரும் மிக எளிமையாக இடுப்பில் ஒரு வேஷ்டி, மேலே ஒரு துண்டு போர்த்தி இருந்தார். அவருக்கும் ஒரு ஐம்பது வயது இருக்கும், வட்டமான முகம் முகத்தில் தாடியும், தலைமுடியும் கொஞ்சமாக இருந்தது. பெரியவரை விட உயரம் சற்று குறைவு. ஆழ்ந்து உற்று நோக்கும் கண்கள். கையில் ஒரு பெரிய சங்கு வைத்திருந்தார். தோள்பட்டையில் பெரிய ஜோல்னா பை இருந்தது. அவர் பெயர் விஷ்வா.

இவர்களின் வருகையால் அந்த இடம் சற்று அமைதியானது. இவர்களைப் பற்றி நன்கு தெரிந்த அந்த தேநீர் கடைக்காரர் பவ்யமாக இரண்டு தேநீரைக் கொண்டு வந்து கொடுத்தார்.

"சர்வம் சிவமயம்" என்று சத்தமாகக் கூறி தேநீரை பெரியவரும், விஷ்வாவும்* பருகினார்கள். அந்தக் கடை தொலைக்காட்சி பெட்டியில் நடிகை மாயாவின் பரபரப்பு செய்திகள் ஓடிக் கொண்டிருந்தது. தேநீர் அருந்தியபடியே அந்தச் செய்தியை உற்றுப் பார்த்துக் கொண்டிருந்தார் பெரியவர்.

தேநீர்க் குடித்து முடித்தபின் சற்று நேரம் அங்கே நின்றார், வானத்தைப் பார்த்தார்.

விஷ்வா மனதில் 'ஏதோ சம்பவம் இருக்கிறது' என்று தோன்றியது.

•••

*குறிப்பு:

விஷ்வாவிற்கும், அந்தப் பெரியவருக்கும் பூர்வ ஜென்ம தொடர்பு உண்டு. அதைப்பற்றி விவரமாக என்னுடைய குறு நாவலான 'சர்வம்' புத்தகத்தில் எழுதியிருக்கிறேன்.

•••

அவர்கள் அங்கிருந்து நகர்ந்து சென்றதும். தேநீர்க் கடையில், கூட்டத்தில் இருந்த ஒருவன் அவர்களை பார்த்து மற்றொருவனிடம் கிண்டல் செய்தான்.

"பாத்தியா.. அந்த பெரியவர்.. நடிகை மாயா பரபரப்பு செய்தின்னா உடனே அப்படியே டிவயைக்

குடிக்க வந்துட்டாரு பாரு.. "என்று கூறி நக்கலாகச் சிரித்தான்.

பல வருடங்களுக்கு முன் நடிகை மாயா உருவாவதற்கு முக்கிய காரணம் இந்த பெரியவர் தான் என்று அவர்களுக்குத் தெரியாது.

பெரியவரும், விஷ்வாவும் மலையை ஒட்டிய ரோட்டில் நடந்துக் கொண்டிருந்தார்கள். பெரியவர் ரோட்டு பாதையில் இருந்து விலகி மலைக்கு உள்ளே செல்லும் ஒரு பாதையில் சென்றார். விஷ்வா பின்தொடர்ந்தார்.

விஷ்வா மனதில் ஒரு எண்ணம், தயக்கமின்றிக் கேட்டார்.

"குருவே! பல ரகசியங்கள் உள்ளடக்கிய இந்த மலையில் எதோ ஒரு இடத்தில் குகை இருக்கிறதாமே.. அந்தக் குகைக்குள் சென்றால் வேறு ஒரு பிரபஞ்சத்திற்கு வழி அங்கு இருக்கிறதாமே? அது உண்மையா?"

பெரியவர் சற்று நின்று, தலையை உயர்த்தி தூரப்பார்வை பார்த்து. "சூஷ்மமாக இருக்கிறது!" என்று கூறி நடக்கத் தொடங்கினார்.

"அப்போ, பாரலல் யூனிவெர்ஸ் உண்மையா? (Parallel Universe)" என்று கேட்டார் விஷ்வா.

"அண்ட சராசரத்தில நம்ம மட்டும் தான் இருக்கோமா என்ன? ஈரேழு உலகங்கள் இருப்பதாகப் புராணங்களில் கூறப் பட்டிருக்கிறது."

விஷ்வாவிற்கு ஆர்வம் அதிகமானது

"அப்போ! ஏலியன்ஸும் இருக்காங்களா?..."

"ஏன் அவங்கள உருவத்துல மட்டுமே இருப்பாங்கன்னு கற்பனை பண்றோம், உருவத்திலேயும் இருக்கலாம், அருவத்துலயும் இருக்கலாம் இல்ல?"

பெரியவர் சொன்னது விஷ்வாவை யோசிக்க வைத்தது. இது சம்பந்தமான விஷயங்களின் விவாதம் சென்று கொண்டிருந்தது.

உலகில் அந்த தருணத்தில் பல விஷயங்கள் நடந்து கொண்டிருந்து யாரோ ஒரு ஆராய்ச்சியாளர் யூ.எப்.ஓ (பறக்கும் தட்டு) பற்றி படித்துக் கொண்டிருந்தார்.

பூமியில் இருந்து பல கிலோ மீட்டர் தொலைவில் யூ.எப்.ஓ (பறக்கும் தட்டு) ஒன்று நின்று கொண்டிருந்தது.

காலமும் நேரமும் நிற்காமல் ஓடிக் கொண்டிருந்தது.

அன்றைய நாள் முழுவதும், சஞ்சயாவும், சகாதேவனும், டெலிஸ் லாண்டின் வாழ்க்கை பற்றியும், மாயாவைப் பற்றியும் பேசிக் கொண்டிருந்தார்கள்.

இரவு சுமார் 7:30 மணி நெருங்கிக் கொண்டிருந்தது. நடிகை மாயாவிற்கு

அவ்வப்போது ரங்கநாயகி கோபமாக எட்டிப்பார்ப்பதும் பிறகு அமைதியாவதும் என மாறி மாறி நடந்து கொண்டே இருந்தது.

டைரக்டர் ஜோஷி வெங்கட் மாயாவிற்கு முன் ஜாமீன் எடுப்பதற்காக வக்கீலிடம் பேசிக்கொண்டிருந்தார்.

மருத்துவமனையில் இரண்டு காவல் அதிகாரிகள் காவலுக்கு இருந்தார்கள்.

எவனோ ஒருவன் பார் ஒன்றில் சரக்கை ஊற்றியபடி மற்றொருவனிடம் கோபமாகப் பேசிக் கொண்டிருந்தான்.

"இன்னிக்கி காலைல தலைவர் கூட ஆஸ்பத்திரியில் இருக்கேன். நம்ம தலைவரைப் பார்த்து "ஏய்!" னு குரலை உசத்தி நாக்க மடிக்கறா.. அப்டியே சுர்ருன்னு வந்தது பாரு கோபம்.."

"அதுக்கு என்ன பண்ண போற.. "என்றான் போதையில் மற்றொருவன். போதையாக அவனையே பார்த்துக் கொண்டிருந்தான்.

"என்ன... கொலையா..?"

"இல்ல... சும்மா கத்தி எடுத்துனு போய் நாக்க வெட்டணும்.. இல்ல... கைல கால்ல எங்கயாச்சும் குத்திடணும் அவ்வளவு தான்."

"நீ பண்ண போறியா?"

"இல்ல.. இதுக்கு ஒரு பார்ட்டி இருக்கான், அவன் முடிப்பான்"

"டேய்! நம்ம தலைவருக்குக் கெட்ட பேரு வந்துரும்டா..."

"நம்ம தலைவருக்காகத் தானே பண்றேன்." எனப் போன் எடுத்து யாரிடமோ பேசினான்..

ஒரு சம்பவத்திற்கான பிளான் அரங்கேறியது.

நள்ளிரவைக் கடந்த அந்த இரவு....

மருத்துவமனையின் அந்த நேரம் ஜன நடமாட்டம் ஓய்ந்திருந்தது. டாக்டர் உடையில் முகத்தில் மாஸ்க் அணிந்தபடி உள்ளே ஒருவன் வந்தான்.

மெயின் என்ட்ரன்ஸில் உள்ளே வந்து மூன்றாவது மாடிக்கு வேகமாக எறியவன், அந்தத் தளத்திற்கு வந்ததும் சற்று நிதானித்துப் பார்த்தான்.

இரண்டு நர்சுகளும் டேபிள் மேல் கை வைத்து தூங்கிக் கொண்டிருந்தனர். மாயாவின் அறைக்கு ஒரு வயதான கான்ஸ்டபிள் அமர்ந்த படி கையில் பெரிய துப்பாக்கியைப் பிடித்தபடி தூங்கிக் கொண்டிருந்தார்.

மாயாவின் அறைக்கும் அவருக்கும் எப்படியும் இருபது அடி தூரம் இருக்கும். இன்னொரு போலீஸ் கான்ஸ்டபிள் அங்கு இல்லை.

அந்த போலீஸ் கான்ஸ்டபிளைக் கடந்து தான் செல்ல வேண்டும்.

சத்தம் வராத படி மாயாவின் அறையை நோக்கி நடந்தான்.

அந்த போலீஸ் கான்ஸ்டபிளைக் கடந்து சற்று தூரம் சென்று மாயாவின் அறைக்கதவைத் திறக்கும் முன் போலீஸ் விழித்துக் கொண்டு "யார் அது?" என்று சத்தம் போட்ட படி துப்பாக்கியை எடுத்து விரைந்தார்.

இரண்டு நர்ஸுகளும் பதற்றத்தில் விழித்து எழுந்து, அறையை நோக்கி விரைந்தனர்.

கதவை வேகமாகத் திறந்த அவன், இடதுபுறத்தில் மாயா படுத்திருந்தாள். வலது புறத்தில் யாரோ வயதான பெண்மணி தூங்கிக் கொண்டு இருந்ததைப் பார்த்தவன். தன் பாக்கெட்டில் மறைத்து வைத்திருந்த கத்தியை வேகமாக மாயாவின் வலது தோள்பட்டையைக் குறி வைத்து தாக்க முற்பட்டான்.

திடீர் என்று ரங்கநாயகி விழித்தாள். அவன் கைகளைத் தடுத்து தன் காலினால் பலமாக எட்டி உதைத்தாள். போலீசும் நர்ஸும் உள்ளே வந்தனர், மாயாவின் தாய் அலறி அடித்துக் கொண்டு எழுந்தார். கத்தியால் குத்த வந்தவன் நிலைத் தடுமாறி கீழே வீழ்ந்து உள்ளே வந்த போலீசையும், நர்ஸையும் வேகமாகத் தள்ளி விட்டு வெளியே தப்பித்து ஓடினான். அறைக்கு

வெளியே போலீசும் நர்ஸும் நிலைத் தடுமாறி கீழே விழுந்தனர்.

உடனே ரங்கநாயகி, அவனைப் பிடிக்க ஓடினாள், மருத்துவமனை பரபரப்பானது. அவன் மூன்றாவது மாடியில் இருந்து வேகமாக இறங்கினான், பின் துரத்தி சென்ற ரங்கநாயகி முதல் தளம் வரும் போது அவன் சட்டையைப் பிடித்தாள். அவன் மாயாவின் கையைத் தட்டிவிட்டு அவளை பலமாக தள்ளி விட்டு தப்பித்தான். நிலைத் தடுமாறிய ரங்கநாயகி கைப்பிடியைப் பிடிக்க முயன்று இடைவெளி வழியாகக் முதல் மாடியில் இருந்து கீழே விழுந்து மயங்கினாள். பின் தலையில் பலமாக அடிப்பட்டு ரத்தம் வழிந்தோடியது.

திருவண்ணாமலையில் அந்த பெரியவர் கண் இமைக்காமல் வானத்தை பார்த்துக் கொண்டிருந்தார். அருகில் தூங்கிக் கொண்டிருந்த விஷ்வாவை எழுப்பினார்.

"வா! போலாம்... வேறு ஒரு பிரபஞ்ச உலகைப் பாக்கணும்ன்னு சொன்னியே வா..! "என்று கூறிச் சென்றார் பெரியவர்.

அவரைப் பின்தொடர்ந்தான் விஷ்வா.

மாயாவிற்கு மருத்துவர்கள் தீவிரச் சிகிச்சை அளித்துக்கொண்டிருந்தனர். ஆனால் அவள் நினைவுகள் இழந்து கோமா நிலைக்குச் சென்றாள்.

டெல்லிஸ் லேண்ட்
எதிர்காலம்... மற்றும்... நிகழ்காலம்

பிரபஞ்சத்தில் நிறைய விஷயங்கள் நடந்து கொண்டிருந்தது. அதில் ஒன்று...

எதிர்காலம்:

டெலிஸ் லேண்டில் விடியற்காலை நான்கு மணி. கல்ப பிரம்மாவின் தலைமை இயக்குனர், ராணி அந்தஸ்து உடைய சைதன்யாவின் தூக்கம் ஏதோ கனவுகளினால் போராட்டமாகவே இருந்தது. கண் விழித்து எழுந்து, இருக்கும் இடத்தில் அப்படியே அமர்ந்திருந்தார். அந்த அறையும், இடமும் அமைதியாக இருந்தது.

வானத்தில் புது ரகப் பறவை பறந்து கொண்டிருந்தது. அதன் பார்வையில் இருந்து பார்க்கும் போது அந்த இடம் மிகவும் அழகாக இருந்தது. சுற்றிலும் மலைப்பரப்பு, ஆங்காங்கே பனிபொழிவின் வெள்ளைச் சுவடுகள். ஆங்காங்கே மலையின் நடுவே சில இடங்களில் அருவியின் ஊற்று, அது நிலப்பரப்பில் இணைந்து ஒரு

சிறிய நதியாக ஓடிக் கொண்டிருந்தது. மக்கள் ஆங்காங்கே மலை மீதும் குன்றின் மீதும் வீடுகள் கட்டி வாழ்ந்து வந்தார்கள்.

ஒரு சிறு குன்றின் மீது சைதன்யாவின் வீடு அமைந்திருந்தது. சுற்றிலும் மரங்கள், புல்வெளிகள் என இயற்கையோடு ஒன்றி இருந்தது. சைதன்யா எழுந்து அறையின் கதவுகளைத் திறந்து, பால்கனி போல் ஒரு பாறை மேல் நின்று பார்த்தாள்.

அந்தக் காட்சி, ஊர் முழுவதும் தெரிந்தது. சில்லெனக் குளிர் காற்று பட்டு ஒரு இதமான உணர்வைத் தந்தது. டெலிஸ் ஒளித்திரையினால் மறைக்கப்பட்ட ஆடை அணிந்திருந்தாள்.

சைதன்யாவின் தோற்றம் கொஞ்சம், கொஞ்சமாக நிகழ்காலத்தில் சஞ்சயாவிற்குத் தெரிய ஆரம்பித்தது. சகாதேவனும் உடன் இருந்து கேட்டுக் கொண்டிருந்தார்.

சைதன்யா, ஐம்பது வயது பெண்மணி ஆறு அடி உயரம், பால் போல வெண்மையான தேகம், உயரத்திற்கு ஏற்றார் போல பிட்டான உடல் அமைப்பு, வட்டமான முகம், நீளமான மூக்கு, முழுமையாக மொட்டை அடிக்கப்பட்டிருந்த தலை, கூர்மையான பார்வையும், தோற்றத்தில் கம்பீரமும் தெரிந்தது.

நிகழ்காலம்:

சஞ்சயா தான் அமர்ந்திருந்த இருக்கையில் இருந்து திடீர் என எழுந்தாள். அந்த அறையின் மூலையில் கேமரா ஆன் செய்து ஒரு ட்ரைபாட் மீது வைக்கப்பட்டிருந்தது. கேமரா ஓடிக் கொண்டிருந்தது. அதன் அருகே சுவரின் ஓரம் ஒரு பெரிய கண்ணாடி. அதில் தன் முகத்தைப் பார்த்தாள். முப்பது வயதான சஞ்சயா, ஐம்பது வயதானால் முக அமைப்பு எப்படி இருக்குமோ அப்படி தான் தனக்குத் தெரிந்தாள் சைதன்யா.

கண்ணாடி முன் நின்று, கண்ணாடி வழியே தன் தந்தையைப் பார்த்து,

"சம்பவங்கள் திரும்பவும் நடக்கிறது... என்னுடைய ஒரு மறு பிறவி தான் சைதன்யா... ரீ இன்கார்நேஷன் "என்றாள் சஞ்சயா..

எதிர்காலம்:

ஜில் என்ற குளிர்க் காற்றுடன் இருக்கும், அந்த இதமான உணர்வை சைதன்யாவால் நெடு நேரம் அனுபவிக்க முடியவில்லை. தனக்கு என்ன கனவு வந்தது என்று ஆராய்ச்சி செய்யத் தோன்றியது.

பக்கத்து அறையில் இருந்து சைதன்யாவின் தாய் அருகில் வந்து நின்றார். சைதன்யாவை விட சற்று உயரம் குறைவு, எழுபது வயது

இருக்கும், அவரும் கம்பீரத் தோற்றத்துடனும், ஆரோக்கியமாகவும் இருந்தார்.

நிகழ்காலம்:

கண்ணாடியைப் பார்த்துக் கொண்டிருந்த சஞ்சயா பின்னால் மாட்டப்பட்டிருந்த தன் தாயாரின் படத்தைப் பார்த்து அழத் தொடங்கினாள்.

சகாதேவனுக்கு ஒன்றும் புரியவில்லை, தலையில் கை வைத்தபடி பார்த்துக் கொண்டிருந்தார்.

"அம்மா.. "என்று தரையில் அமர்ந்தபடி அழுது கொண்டிருந்தாள் சஞ்சயா.

எந்த ஒரு சலனமும் இல்லாமல் கேமரா ஓடிக் கொண்டிருந்தது.

எதிர்காலம்:

சைதன்யாவின் மனதில் இருப்பதை அறிந்த அவர் தாயார் மித்ரா தொடர்ந்தார்.

"நீ ஏன் சாஹோவ கேட்கக் கூடாது? இதப் பத்தி அவன்கிட்ட கேட்டுப் பாரேன்."

உடனே சைதன்யா வெற்றிடத்தில் தன் விரல்களை ஒரு வட்டத்தை உருவாக்கினாள். ஒளித்திரை ஒன்று வந்தது. அதில் அவர் பெயர்

கொடுத்து ஐ.டி. கொடுத்ததும் அவருடைய டெலிஸ் ஒளித்திரையில் உருவம் வந்தது.

சாஹோவிற்கும் எழுபது வயது இருக்கும். குடும்ப நண்பர், சைதன்யா தாயாருடன் படித்தவர். பாரா சைக்காலஜி, கனவு உலகின் ஆராய்ச்சியாளர்.

நிகழ்காலம்:

சஞ்சயா தன் தந்தையை உற்றுப் பார்த்துக் கொண்டிருந்தாள்.

"அப்பா.. எதிர்காலத்துல, உங்க பேர் "சாஹோ!" என்றாள்.

ஒரு ரியாக்ஷனும் இல்லாமல் சகாதேவன் அமர்ந்திருந்தார்.

எதிர்காலம்:

"நான் சாஹோவின் நகல், அவர் இன்னும் உறங்கிக் கொண்டிருக்கிறார். விழித்தவுடன் மெசேஜ் தெரிவிக்கப் படும்" என்றது அந்த டிஜிட்டல் ஒளி உருவம்.

சரி என்று கூறி அந்தத் தொடர்பை துண்டித்ததும். சைதன்யாவின் நகல் ஒளி உருவம் ஒன்று அருகில் தோன்றி, இன்றைய நாளுக்கான அலுவலக வேலைகள், சொந்த வேலைகளை பட்டியல் இட்டுக் கொண்டிருந்தது. அதைக்

கேட்டபடியே சைதன்யா, சற்று தொலைவில் உள்ள நதிக்கரையைத் தாண்டி இருக்கும் மலைக் குன்றுகள், அதில் உள்ள வீடுகளைப் பார்த்துக் கொண்டிருந்தாள்.

"என்ன சைதன்யா, நதிக்கரைக்கு அப்பால் இருக்கும் மக்களைப் பற்றி யோசிக்கிறியா" என்றாள் அவர்த் தாயார்.

"ஆமாம் மா… "என்று பெரும் மூச்சு விட்டு. "இந்த உலகம் முழுவதும் டெலிஸ் டெக்னாலஜி கொண்டு வரணும் என்று நினைக்கிறன். ஆனா, சில நாடுகள் எதிர்ப்பு தெரிவிக்கிறார்கள், நம்ம மேல போர் தொடுக்கவும் தயாரா இருக்காங்க.

நம்ம நாட்டிலேயே நாம பண்ற நல்லதை புரிஞ்சிக்காம டெலிஸ்ஸைப் புறக்கணித்து போராட்டம் பண்ணுறாங்க, தனி வாழ்க்கை வாழ்ந்து கிட்டு இருக்காங்க, தனி நாடு வேணும்னு கேட்குறாங்க.

டெலீஸ்க்காகவும் இந்த மக்களின் சந்தோஷத்திற்காகவும், நம்ம பாட்டி, நீ, நான், நம்ம சொந்த வாழ்க்கையைத் தியாகம் செஞ்சிட்டுக் கல்ப பிரம்மா வளர்ச்சிக்காகவும் மக்களின் முன்னேற்றத்துக்காகவும் பாடுபட்டு இருக்கோம்."

சைதன்யாவின் பாட்டி கல்யாணம் ஏதும் பண்ணாமல், சுயமாகக் கருவை உருவாக்கிக்

கொண்டு பெண் குழந்தை யான மித்ராவைப் பெற்றெடுத்தார்.

சைதன்யாவின் தாயார் மித்ராவும், கல்யாணம் என்ற உறவு ஆராய்ச்சியைப் பாதிக்கும் என்பதினால், அவரும் சுயமாகக் கருத்தரித்து சைத்தன்யாவைப் பெற்றெடுத்தார்.

சாஹோவுக்கு மித்ராவின் மேல் காதல் இருக்கிறது, ஆனால் அவரும் ஆராய்ச்சியில் மூழ்கி இருந்ததினால் தன் காதலைச் சொல்லவே இல்லை.

நிகழ்காலம்:

நிகழ்காலத்தில், சஞ்சயா சகாதேவனை பார்த்து....

"எதிர்காலத்துல, நீ அம்மாகிட்ட உன் காதலைச் சொல்லவே இல்லையா...?"

அவர் நிகழ்காலத்தில் தன் மனைவியை பற்றி சற்று யோசித்து... இல்லை என்று கண்ணோரத்தில் கண்ணீர் வழிய தலையசைத்தார்.

என்ன இது! பிரபஞ்சத்தின் புதிரான லீலை, சஞ்சயா மனதில் தெரிவது உண்மை என்றால், மூவாயிரம் வருடம் கழித்து வாழும் மக்களின் வாழ்க்கை, ஏற்கனவே இந்த பூமியில் வாழ்ந்து முடித்தவர்களின் ஒரு தொடர்ச்சியா?

இப்போது நாம் வாழும் வாழ்க்கைக் கூட எப்போதோ வாழ்ந்து முடித்தவரின் வாழ்க்கையின் தொடர்ச்சியாகக் கூட இருக்கலாம்?

நடந்து முடிந்தவை திரும்பவும் நடக்கிறது, வேறு கோணத்தில் வேறு சந்தர்ப்பத்தில், திரும்பியும் நடக்கிறது. வாழ்க்கைக் கதை தொடர்கிறது....

இந்த உலகம் ஒரு நாடக மேடை, நாமெல்லாம் நடிகர்கள் என்பது உண்மைத் தான்.

காலத்தைச் சுருக்கி ஒருவர் பார்ப்பாரேயாயின்... ஒரு ஜென்மத்தில் சகாதேவன் என்ற பெயரில், பாதி வாழ்கையில் தன் மனைவியை இழந்து தன் மகளோடு வாழ்ந்தவர், ஏதோ ஒரு ஜென்மத்தில் நண்பனாகத் தன் காதலை மனதிற்குள்ளே வைத்திருக்கும் "சாஹரா"! என்ற பெயரில் வாழ்ந்துள்ளார்.

சகாதேவன் டு சாஹரா... எத்தனைப் பிறவிகள் சகாதேவனுக்கு முன் இருந்தது... எத்தனைப் பிறவிகள் அவருக்குப் பின்னும்.. சாஹரா விற்குப் பின்னும் இருக்கப் போகிறது.

இந்த பிறவிகளில்... எத்தனைப் பிறவிகள் ஒரே உறவிற்குத் தந்தையாக, நண்பனாக, காதலனாக, பக்கத்து வீட்டு காரனாக, இருக்கக் கூடும் என்பது விசித்திரமே!!

அந்த இரண்டு தருணங்களும் (நிகழ்கால தருணம், எதிர்கால தருணம்) நிசப்தத்தில் இருந்தது.

நிகழ்காலத்தையும், எதிர்காலத்தையும் ஒன்றாகக் காண வேண்டும் என்றால், காலத்தைச் சுருக்கினால் மட்டுமே அது சாத்தியம் (அறிவியலில் டைம் டைலேஷன் (Time Dilation) என்று கூறுவார்கள். நம் மனம் நிகழ் காலத்தில் இருந்து கொண்டே கடந்த காலத்துக்கும், எதிர் காலத்துக்கும் செல்வது ஒரு வகை யான மனதின் டைம் டைலேஷனோ?

எதிர்காலம்:

சைதன்யா தாயார் மித்ரா தொடர்ந்தாள்..

"இந்த போராட்ட காரணங்களுக்கெல்லாம் தலைவனாக இருக்கற ஜேம்ஸ் ஜோஷி (ஜே. ஜே) கிட்ட மறுபடியும் மீட்டிங் போட்டு நம்ப பேசலாம்."

ஜே.ஜே (ஜேம்ஸ் ஜோஷி) பெயரைக் கேட்டதும் இன்னும் இறுக்கமானாள் சைதன்யா. அம்மா பேசிக் கொண்டிருக்கும் போதே, ஆச்சரியமான ஒரு விஷயத்தைக் கவனித்தாள் சைதன்யா.

சற்று தொலைவில் மரத்தில் ஒரு கிளையின் மேல் ஒரு ஒளி பொருந்திய பட்டாம்பூச்சி சுற்றிக்

கொண்டிருந்தது. உடனே டெலிசில் அதை ஸ்கேன் செய்து அது எந்த வகையைச் சேர்ந்தது என்று பார்த்தாள்.

அந்த பட்டாம்பூச்சி பூமியைச் சேர்ந்ததல்ல வேற்று கிரஹத்தில் இருந்து ஏலியன்ஸ்கள் அனுப்பியுள்ளார்கள் என்று தெரிந்து தன் ரகசிய ஆராய்ச்சி டீம்முக்கு டெலிசில் மெசேஜ் அனுப்பினாள்.

அந்த ஒளி வட்டம் உடைய பட்டாம்பூச்சி பறந்து நதிக்கரைக்கு அந்தப் பக்கம் செல்வதைக் கவனித்தாள் சைதன்யா.

பட்டாம்பூச்சி நதிக்கரைக்கு அந்தப் பக்கம் ஒரு சிறு குன்றின் மேல் உள்ள வீட்டுத் தோட்டத்தில் வந்து அமர்ந்தது.

அந்த வீட்டில் ஒரு சிறு கூட்டம் கூடி இருந்தது. ஜே.ஜே தலைமையில் விடிய விடிய போராட்டத்திற்கான யுக்தியைப் பேசிக் கொண்டிருந்தார்கள்.

அந்தக் கூட்டத்தில் இருந்த முப்பது வயது மிக்க பெண் ஒருத்தி.

அவள் பெயர் ரங்கநாயகி.... அந்த ஒளி வட்டம் உள்ள பட்டாம்பூச்சியை ஜன்னல் வழியே பார்த்து வெளியே வந்தாள்.

மற்றவர்களும் பின் தொடர்ந்தனர்.

"இது என்ன? வித்தியாசமான பட்டாம்பூச்சியாக இருக்கிறதே?" ஒரு வேளை ஒளி உலகில் இருந்து அனுப்பி இருப்பார்களோ" என்றாள் ரங்கநாயகி.

"இல்லை.. கல்ப பிரம்மாக்கள் நம்மை வேவு பார்ப்பதற்காக அனுப்பி இருக்கலாம்" என்றான் அருகில் இருந்த அக்ஷய்காந்த்.

ஜே.ஜே அதையே பார்த்துக் கொண்டிருந்தார்.

"ஏதோ பெரிய பிரச்சனை வரப் போகுதுன்னு நினைக்கிறன்" என்றார் ஜே.ஜே.

நிகழ்காலம்:

நிகழ்காலத்தில், சஞ்சயா வீட்டில் இருந்து வெளியே வந்து சுற்றிப் பார்த்தாள். ஒரு மரத்தின் மேல் அந்த ஒளிவட்டம் உடைய பட்டாம்பூச்சி பறந்து கொண்டிருந்தது.

"அப்பா! இப்பொது நிகழ்காலத்திலும் இந்த ஒளிவட்டம் உடைய பட்டாம்பூச்சி இருக்கிறது. மூவாயிரம் வருடம் கழித்து எதிர்காலத்திலும் இது இருக்கிறது. ஒரு வேளை சைதன்யா கூறுவது போல் இது ஏலியன்கள் வேலையாக இருக்குமா?" என்று கூறிய சஞ்சயா.. தான் யூ.எப்.ஒ வைப் பார்த்தது. நினைவில் பளிச்சிட்டது.

"இன்னொரு விஷயம்" என்று தொடர்ந்தாள் சஞ்சயா.!

"இப்போ, வாழ்ந்துகிட்டு இருக்கற மாயாவும், அர்ஜுன் கிருஷ்ணாவும் கூட மறுபிறவி எடுத்து எதிர்காலத்திலேயும் வாழ்ந்துகிட்டு இருக்காங்க.

மாயா - ரங்கநாயகி என்ற பெயர்லேயும், அர்ஜுன் கிருஷ்ணா- அக்ஷய் காந்தாகவும்."

"இது… இது… **'கல்ப பிரம்மா'** படத்துல அவங்க கதாபாத்திரத்தின் பெயர் இல்ல! அப்போ டைரக்டர் ஜோஷி வெங்கட்…..??" என்றார் சகாதேவன் ஆவலாக..

"ஜோஷி வெங்கட் தான் "ஜேம்ஸ் ஜோஷி (ஜே.ஜே)" என்றாள் சஞ்சயா!

எதிர்காலம்:

எதிர்காலத்தில் ஒளி உலகையே உற்று பார்த்துக் கொண்டிருந்தாள் ரங்கநாயகி...

"அந்த ஒளி உலகத்துல என்ன தான் நடக்குது" என்றாள்.

"என்ன… மனிதனோட நிறைவேறாத ஆசைகள், மனிதன் போன பிறகு அவன் நினைவுகளை எடுத்து ஒரு கதை, திரைக்கதை எழுதி ஒளி உலகத்திற்கு அனுப்பி அவன் உற்றார், உறவினர்கள் அதைப் பார்த்து சந்தோஷம் அடைகிறார்கள்.

அந்த ஒளி உலகத்தில் இருப்பவர்களுக்குத் தெரியாது..

நாம் இறந்த பின் இருக்கும் நினைவுகள், நம்மைச் செயற்கையாக உருவாக்கி அனுப்பி இருக்கிறார்கள் என்று அவர்களுக்குத் தெரியாது.

ஒளி உலகம் உண்மை என்று நினைத்துச் சந்தோஷம், துக்கம், சோகம், துரோகம், போராட்டம் என்று மாறி மாறி டெலிஸ் மக்களின் விருப்பத்திற்கு ஏற்றார் போல் வாழ்ந்து கொண்டிருக்கிறார்கள்." என்றார் ஜே.ஜே.

"ஏன், தெரிய வைக்கக் கூடாது.. கல்ப பிரம்மாக்கள் தானே அவர்களை இயக்குகிறார்கள். இறந்த பின்னும் அந்த நினைவுகள் ஏன் கஷ்டப்படணும், தான் யார்! என்பதை உணர்ந்து ஒளி உலகத்தில் வாழ வைக்கலாமே?"

"அது தான் என் கேள்வியும் "தொடர்ந்தார் ஜே.ஜே.

"ஆரம்பத்தில் 30 வருடத்திற்கு முன் அப்படித் தான் இருந்தது.. நானும் சைதன்யாவும், டெலிஸ் படிப்பை முடித்துப் பெரிய ஆர்வத்துடனும், எதிர்பார்ப்புடனும் நிறைய கனவுகளுடனும். அசிஸ்டன்ட் பிரம்மாக்களாக சேர்ந்தோம். எங்களின் ஆர்வத்தினாலும், உழைப்பினாலும் வெகு சீக்கிரம் உயர் பதவிக்கு வந்தோம். எனக்குத் தெரியாமல் சில ரகசிய ஆராய்ச்சிகளைச் செய்து வந்தாள் சைதன்யா.

அதில் ஒன்று தான் ஒளி உலக மக்களின் பூர்வீகத்தை ரகசியமாக மறைத்து அவர்களை அங்கே அனுப்பியது.

அதற்கு முன்பு வரை ஒளி உலக மக்களுக்கு தான் யார் என்பது தெரியும் இறந்தபின் இருக்கும் நினைவுகள் தான் தாம் என்றும், அவர்கள் அங்கு வாழும் வாழ்க்கையை, கதையை அவர்களே அல்லது அவர்களின் உறவினர்களோ உருவாக்கி இருக்கிறார்கள் என்று தெரிந்து நடித்துக் கொண்டிருந்தார்கள். அவர்கள் சில மாற்றங்கள் சொன்னால் அது கதையிலும் திரைக்கதையிலும் மாற்றம் செய்யப்பட்டது.

ஆனால் பார்வையாளர்களுக்கு அது சுவாரஸ்யமாக இருக்காது என்றும், ஒளி உலக மக்கள், கல்ப பிரம்மாகளுக்கு அறிவுரை கூற கூடாது என்ற எண்ணத்தில், ஒளி உலக மக்களை ஆட்டி வைக்கும் பிரம்மாக்கள் ஆனார்கள் கல்ப பிரம்மாக்கள்.

டெலிஸ் மக்களும்.. கல்ப பிரம்மாக்கள் படைத்தவர்களானார்கள்.. 'தான் யார்?' என்று தெரியாமல் வாழ்ந்து கொண்டிருக்கும் ஒளி உலக மக்கள் படைக்கப் பட்டவர்களானார்கள்.

இப்படி, முன்னேற்றம்.... அடுத்த கட்டத்திற்கு செல்கிறேன் என்று பல உடன்பாடில்லாத விஷயத்தைக் கொண்டு வந்தாள் சைதன்யா.

நான் கல்ப பிரம்மாவில் இருந்தும், சைதன்யாவிடம் இருந்தும் வெளியே வந்தேன்."

"மக்கள் எப்படி ஒத்துக் கொண்டார்கள்?" என்றாள் ரங்கநாயகி.

"இந்த ஒரு ஐடியாவை சைதன்யா கொண்டு வந்து சோதனையோட்டம் செய்த போது, டெலிஸ் மக்களிடையே டிஜிட்டல் திரையில் வோட்டிங் எடுக்கப்பட்டது. சிலர் எதிர்ப்பு தெரிவித்தாலும், பலர் ஆர்வமாக இருந்ததினால் ஏற்றுக் கொள்ளப்பட்டது"

"ஒளி உலக மக்களைத் தான் யார்? என்று உணர வைப்பதற்கு ஒரு பெரிய திட்டம் வைத்திருக்கிறேன். மிக விரைவில் அது செயல்படும். "என்றார் ஜே.ஜே.

ஒளி உலகம்

ஒளி உலக மனிதர்கள், அவர்கள் காணும் காட்சிகள் வானம், கடல், மரம், செடி, மிருகங்கள், சூரியன், சந்திரன், அனைத்தும் ஒளிமயமாகவே இருந்தது. எல்லாவற்றுக்கும் உருவம், வடிவம், நிறம் இருக்கும் ஆனால் அவை அனைத்தும் ஒளி வடிவினால் ஆனது. அவர்களில் சூஷ்ம வடிவில் நினைவலைகள் கலந்திருந்தது.

ஒளி உலக மனிதர்கள் பரபரப்பான வாழ்க்கை வாழ்ந்து கொண்டிருந்தார்கள். ஒளி உடல் பெற்று இருப்பதினால், இவர்கள் உணவு உண்ண தேவை இல்லை. பசி என்பது இருக்கும், ஆனால் எண்ணங்களினால் அதைப் பூர்த்தி செய்து கொள்வார்கள். காதல், காமம், சண்டை என்று எல்லாம் எண்ணத்தினால் அதைப் பூர்த்தி செய்து கொள்வார்கள்.

சம கருத்துக்கள் கொண்ட சில மக்கள், குழுக்களாக வாழ்ந்து வந்தனர். அவர்களுக்கு எதிர்க் கருத்து கொண்டவர்களை, எண்ணங்களால் ஆன ஆயுதம் கொண்டு தாக்கினார்கள். வலி என்பது இவர்களுக்கு மனதளவில் ஏற்படுவது.

அந்த காயங்கள் இவர்களின் ஒளி உடலிலும் கருப்பான நிறம் கொண்டு பிரதிபலிக்கும். அதை வைத்து ஒருவன் மனதளவில் எவ்வளவு காயம், எதிர்ப்புகள் பெற்றுள்ளான் என்று மற்றவர்கள் தெரிந்து கொள்வார்கள்.

அப்படி காயப் பட்டவர்களுக்கு சில பேர் ஆறுதலாகவும், சில பேர் அவர்களை சபிக்க பட்டவர்கள் என்று ஒதுக்கவும் செய்தனர். காயபட்டவர்களின் ஒளி உடம்பில் சில நிற மாற்றம் தெரியப்படுவதால், வெண்மையான நிறம் உள்ள ஒளிகளெல்லாம் உயர்ந்து குழுக்களாகவும், மற்றவர்கள் அவர்கள் எதிரானவர்கள் என்றும் கருதப்பட்டது.

இந்த இரு குழுக்களுக்கும் எப்போதும் சண்டை இருந்து கொண்டே இருந்தது. பண பரிமாற்றம், பொருள் பரிமாற்றம் எல்லாம் மனதளவில் எண்ண அளவில் இவர்களுக்கு நடந்து வந்தது.

உயர்ந்த குழுக்களோடு சேர்ந்து இருந்தவர்கள், செல்வம் படைத்தவர்களாக இருந்தார்கள். மனதளவில் பணம், பொருள், வீடு எல்லாம் வைத்திருந்தார்கள். மற்றவர்கள் எவரேனும் இது போல் எண்ணம் கொண்டால் வெள்ளை ஒளி கொண்டவர்கள் இவர்களைத் தாக்கினார்கள் மறுபடியும் அது காயப்படுத்தியது, ஒளி உடம்பில் நிறமாற்றம் ஏற்படுத்தியது. நிற

மாற்றம் கொண்டவன் ஒளி சமூகத்தில் மதிப்பாக இருக்க வேண்டும் என்று நினைத்தாலும் அது நிறைவேறுவதில்லை.

இந்த ஏற்ற தாழ்வு, பல காயம் பட்ட ஒளி உடம்பிற்கு மன உளைச்சலையும் போராட்டத்தையும் ஏற்படுத்தியது.

பல பேர் போராடவும் செய்தார்கள். பல போர்களும் நடந்திருக்கிறது. ஏற்கனவே காயப் பட்ட ஒளிகள் பல பேர் மடிந்து போனார்கள். பல பேர் தற்கொலை செய்து கொண்டார்கள்.

தற்கொலை செய்தல் என்பது ஒருவன் எண்ண அலைகளை அதிகம் ஏற்படுத்தி கொண்டு தனக்குத் தானே, தன் சூஷ்ம ஒளி உடல் எப்படி மறைய வேண்டும் என்று நினைக்கிறானோ. அதை அவன் ஆழமாக நினைத்துக் கொண்டிருந்தால் அவன் ஒளி உடல் மறைந்து விடும்.

இதே போல் மற்றவர்களின் மூலம் மரணிப்பதும் இப்படித் தான், நிறைய எண்ணங்கள் ஒன்றாக சேர்ந்து கற்பனையில் ஆயுதங்கள் செய்து அதை அவன் மீது தாக்கினால் அந்த தாக்கப் படும் சூஷ்ம ஒளி உடல் மறைந்து போகும்.

அந்த ஒளி உலகத்தில் பிறப்பும் விசித்திரமாக இருந்தது. கருவில் எண்ணம் உருவாகி, உடனே குழந்தையாக பிறந்தது.

சிலர் திடீர் என்று தோன்றினார்கள். தோன்றும் போதே வாலிபனாகவோ, மத்திய வயது உடையவனாகவோ, வயதானவராகவோ தோன்றினார்கள். சில காலம் வாழ்ந்து மறைந்தார்கள்.

திடீர் என்று தோன்றியவர்கள், தாங்கள் யார்? என்ன? எங்கிருந்து வந்திருக்கிறோம்? என்று அவர்களுக்குத் தெரியாமல் இருந்தது.

ஆனால் அங்கு வாழ்வதற்கு சக்தியும், எண்ணமும், முழுமையாகப் பெற்றிருந்தார்கள். இது படைத்தவனின் செயல் நமக்கு மேலே உள்ள சக்தியின் ஒரு லீலை என்று நினைத்தார்கள்.

சிலர் இதில் ஆராய்ச்சியில் ஈடுபட்டார்கள். சிலருக்கு அந்த எண்ணமே எழவில்லை. இப்போதைய வாழ்க்கை வாழ வேண்டும் என்று சிலர் நினைத்துக் கொண்டார்கள்.

ஒளி உலக மக்கள் நிறைய பேர், படைத்தவனை ஆழமாகக் கொண்டாடினார்கள். சிலபேர் அதற்கு எதிர்ப்பும் தெரிவித்தார்கள்.

சிலர் "நான் தான் கடவுள்" என்று எண்ணிக் கொண்டார்கள். அவர்களுக்கென்று தனிக் கூட்டமும், குழுவும் ஆதரவாக இருந்தது.

இப்படியாக இருக்கும் அந்த ஒளி உலகத்தில் தான் யார்? இதெல்லாம் ஏன் நடக்கிறது? இந்த ஒளி உலகம் எப்படி வந்தது? ஏன் வர வேண்டும்

என்ற பல கேள்விகளுடன், விடைத் தேடித் கொண்டிருந்தான். "பிரஹஸ்".

அந்த ஒளி உலகத்துக்குச் சில காலம் முன் வந்தவன், அனைத்து ஏற்ற தாழ்வுகளையும் பார்த்தவன், மற்ற எண்ணங்கள் மூலம் நிறைய காயம் பட்டவன். நிறைய எண்ண போர்கள் சந்தித்தவன்.

சமீபத்தில் நடந்த எண்ணப் போரில் பல காயம் பட்டு தன் ஒளி உடம்பு நிறம் மாறி, என்ன வாழ்க்கையிது? ஏன் வாழ வேண்டும்? தற்கொலைச் செய்து கொள்ளலாம் என்ற முடிவில் ஒரு ஒளி மரத்தடியில் அமர்ந்து தீவிரமாக யோசித்துக் கொண்டிருந்தான்.

டெல்ஸ் மக்களும் – ஒளி உலகமும்

எதிர்காலம்:

இந்த பிரபஞ்சத்தில் பல நிகழ்வுகள் நடந்து கொண்டிருக்கிறது. அதில் பின் வரும் நிகழ்வுகளும் அடங்கும்...

ஒளி உலகில் பிரஹஸ் மரத்தடியில் அமர்ந்து தீவிரமாக யோசித்துக் கொண்டிருந்தான். வானத்தில் நிறமும், சுற்றுச்சூழலின் நிறமும் அவ்வப்போது மாறிக் கொண்டிருந்தது.

பூமியில், டெலிஸ் லேண்டில் உள்ள கல்ப பிரம்மா நிறுவனத்தில் இருந்து ஒரு இயக்குனர் (கல்ப பிரம்மா நிறுவனத்தில் இயக்குனர்களுக்கு பிரம்மா என்று பெயர்) ஒளி உலகத்தை இயக்கிக் கொண்டிருந்தார்.

ஒளி உலகத்தில் சூழ்நிலைக்கு ஏற்றார் போல் கலர்க் கரக்ஷன் (color correction) செய்வதற்கு ஒரு டிம், வானம், நிலம் என இயற்கையைப் பராமரிப்பதற்கு ஒரு டிம், எந்தக் கதாபாத்திரம் யாரோடு பேச வேண்டும், என்ன முடிவு எடுக்க

வேண்டும், கதையின் ஓட்டமென்ன, அடுத்து என்ன நிகழப் போகிறது என, ஒளி உலகை அணு அணுவாக இயக்க பிரம்மாக்கள் நிறைய இருந்தார்கள்.

அந்த ஒரு பகுதியான எபிசோடை இயக்கும் பிரம்மாக்கள் டீமுக்கு டெலிஸ் ஒளி திரையில் பாராட்டுக்கள் குவிந்து கொண்டிருந்தது.

அடுத்து என்ன நடக்கப் போகிறது என்று ஆவலாக இருப்பதாக நிறைய மக்கள் பதிவு செய்து கொண்டிருந்தார்கள். ஒரு பெரிய டிஜிட்டல் திரையில் அத்தனைப் பாராட்டுக்களையும் எதிர்பார்ப்புகளையும் பார்த்து ரசித்துக் கொண்டிருந்தார். அந்த டீம் உள்ள மூத்த விஞ்ஞானி பிரம்மாவான "ரவி தேஜா".

அவர் கண்ணில் இருந்து லேசான கண்ணீர்த் துளிகள் ஒரு பக்கம் இருந்தாலும், மறுபக்கம் அவர் மனதில்...

"மக்கள் தங்கள் வாழ்க்கையை விடுத்து, அடுத்தவன் வாழ்க்கையில், வீட்டில் என்ன நடக்கிறது என்று காண மிக ஆவலோடு இருக்கிறார்கள்" என்று நினைத்தார்.

ஒளி உலகில் பிரஹஸ் கதாபாத்திரம் மிக முக்கியமானது.

ரவி தேஜாவிற்கும், சைதன்யாவிற்கும், ஜே.ஜே விற்கும் மிக நெருக்கமான

தொடர்புடையது. அந்த காட்சிக்கு ஒரு சின்ன ட்விஸ்ட் ஒன்று வைக்க வேண்டும் என்று நினைத்தார்.

மூன்று நாள் முன்னர் இறந்த ஆறு வயது பெண் குழந்தையின் நினைவுகளை அவர்கள் பெற்றோர் பதிவு செய்து, ஒரு சின்ன காட்சியும் கதையும் எழுதி, அதற்கு பின் கல்ப பிரம்மாக்களே அந்த கதாபாத்திரத்திற்கு கதை, திரைக்கதை உருவாக்கி ஒளி உலகத்தில் வாழ்க்கையைத் தொடர செய்யுமாறு விண்ணிப்பித்து இருந்தார்கள்.

அந்தக் கதையை இயக்கும் பொறுப்பு ரவி தேஜாவிற்கு வந்திருந்தது. பிரஹஸ் இருக்கும் அந்தக் காட்சியை அப்படியே ஸ்டில் செய்து... "தொடரும்" என்று டெலிஸ் திரையில் போட்டார்.

ஒளி உலகிலும் அந்த ஒரு காட்சி அப்படியே நின்று கொண்டிருந்தது. உடனே அத்தனை விஷயத்தையும் சைதன்யாவிற்கு அனுப்பினார். சாதாரணமாக மூத்த பிரம்மாக்கள் அவர்களே முடிவுகளை எடுக்கலாம் ஆனால் பிரஹஸ் கதாபாத்திரம் மற்றும் ஒரு சில கதாபாத்திரம் நேரடியாக சைதன்யாவின் கட்டுப்பாட்டில் இருந்தது.

சைதன்யா உடனே டெலிஸ் திரையில் தோன்றி ஒப்புதல் அளித்தார்.

ரவி தேஜாவிடம் நலம் விசாரித்து சில நினைவுகளைப் பகிர்ந்தார்.

"காலங்கள் எவ்வளவு வேகமாக ஓடுகிறது.. சில காலம் முன் நம்முடன் டெலிஸ் லேண்டில் மூத்த பிரம்மாவாக வேலைப் பார்த்தவர். இன்று நினைவுகளாக ஒளி உலகத்தில்...."

அவர் நினைவுகள் சைதன்யாவை கண் கலங்க வைத்தது. டெலிஸ் லேண்டில் அவர் பெயர் "பிரஹஸ்பதி ராஜன் ", ஜே.ஜே.வின் தந்தை.

சைதன்யாவையும், ஜே.ஜேவையும் ஊக்குவித்தவர்.

சைதன்யாவை மகளாக பார்த்தவர், சிறு வயது முதல் அவர் வீட்டில் ஒன்றாக விளையாடியது, தன்னையும் ஜே.ஜேவையும் டெலிஸ் டெக்னாலஜி நுணுக்கங்களையும் சொல்லி கொடுத்துக் கல்ப பிரம்மாவில் வேலைக்கு சேர்ந்த பின் பிரஹஸ்பதியும், ரவிதேஜாவையும் பயிற்சியாளராகவும், மென்டாராகவும் இருந்தது நினைவுக்கு வந்தது.

கருத்து வேறுபாடு காரணமாக ஜே.ஜே கல்ப பிரம்மாவை விட்டு விலகிய பின்னும் தன்னுடன் உறுதுணையாக இருந்தார். அவர் விரும்பியது போல், அவர் மறைவுக்குப் பின், அவர் நினைவுகளை ஒளி உலகில் வாழ

வைத்தார் அவரது மகன் (ஜே.ஜே)., பிரஹஸ் என்ற பெயரில்.

சைதன்யா தொடர்ந்தார்...

"ஜே.ஜே விற்கு இதில் உடன்பாடு இல்ல... இருந்தாலும் தன் அப்பா ஆசையை நிறைவேற்ற கடமைப்பட்டிருந்தான். ஆனா மிகச் சாமர்த்தியமாக அவர் கதையில போராளியாக ஒளி உலகத்திற்கு எதிரா வாழவைக்கிறான்."

"தன் அப்பாவ பார்க்கறதுக்கு ஒரு முறைக் கூட டெலிஸ் டெக்னாலஜி பயன்படுத்தலையே?" என்றார் ரவி தேஜா.

"அவன் டெலிஸ் டெக்னாலஜி பயன்படுத்தல, ஆனா ரகசியமா ஒரு ஆராய்ச்சி செய்துட்டு இருக்கான். ஒளி உலகத்தை உளவு பார்க்கறான்னு மட்டும் தெரியும். ரொம்ப கவனமா இருக்கணும்."

"நிறைய பிரச்சனையான விஷயங்கள் இங்கு நடக்கிறது. டெலிஸ் லேண்ட்யை யாரோ உளவு பார்க்கறாங்க. என்ன யாரோ என் மனசுக்குள் இருந்து பார்க்கற மாதிரி தோணுது. விசித்திரமான கனவுகள், பிம்பங்கள் எனப் பல விஷயம்..."

ரவி தேஜா நெற்றியைச் சுருக்கி...

"இதெல்லாம் அந்த ஏலியன்ஸ் வேலையா இருக்கும். மனிதனின் மனசுக்குள்ள ஊடுருவ டெக்னாலஜி வச்சிருக்காங்க!"

"ஆமா! அது விஷயமா.. "சாஹோவை "மீட் பண்ண போறேன்.. அப்பறம் பார்க்கலாம்" என்று அவசரமாக இணைப்பைத் துண்டித்தாள் சைதன்யா... அந்த ஒளித்திரை மறைந்து வெற்றிடமானது.

ரவி தேஜா... விரைவாகத் தன் வேலையைத் தொடர்ந்தார். சற்று நேரத்திற்கு பின்... ஒளி உலகத்தில் காட்சிகள் தொடங்கின. நின்று கொண்டிருந்த பிரஹஸ்ஸின் காட்சி நகர ஆரம்பித்தது.

பிரஹஸ் பிரமை பிடித்தார் போல பார்த்தார். ஏதோ யோசித்துக் கொண்டிருந்தார். திடீர் என்று என்னாச்சு.. என்று குழப்பத்தில் இருந்தார்.

டெலிஸ் லேண்டில் இருந்து, ரகசியமாக தான் உருவாக்கிய ஒரு தொழில் நுட்பம் மூலம் தன் தந்தை பிரஹஸ்ஸை பார்த்துக் கொண்டிருந்தார் ஜே.ஜே.

மனதில் கோபம் அடைந்தார். பூமியில் வாழ்ந்த காலத்தில் எல்லோருக்கும் மென்டாராக இருந்தவர். ஒளி உலகில் தான் யார்? என்று தெரியாமல் குழம்பி வாழ்கிறார்.

தான் வாழும் காலத்திலேயே, தன் மறைவுக்குப் பின் ஒளி உலகத்தின் கதாபாத்திர பெயரை மட்டும் முன்கூட்டியே பதிவு செய்திருந்தார் ஜே.ஜே வின் தந்தை.

கதை, திரைக்கதை எழுதும் பொறுப்பை தன் மகனான ஜே.ஜே விடம் கொடுத்து தன்னை ஒளி உலகத்தில் இயக்கும் பொறுப்பை தன் உற்ற நண்பனான ரவி தேஜாவிடம் கொடுத்தார்.

தன் தந்தையை இளமையாகப் பார்க்க நினைத்த ஜே.ஜே, தன் தந்தையான பிரஹஸ் கதாபாத்திரத்தை, ஒளி உலகத்தில் இருபத்தைந்து வயது வாலிபனாகச் சித்தரித்தார்.

கடைசி விண்ணப்பமாக பிரஹஸ் கதாபாத்திரம் 'தான் யார்?' என்று தெரிந்து ஒளி உலகத்தில் வாழட்டும் என்ற கோரிக்கையை ஜே.ஜே சைதன்யாவிடம் வைத்தார் ஆனால் அது நிராகரிக்கப்பட்டது.

கோபமும், வலியும் ஜே.ஜே விற்கு அதிகரித்தது.

எதிர்காலம் - ஒளி உலகம்:

ஒளி உலகில் குழப்பத்திலும், தீவிர தற்கொலை சிந்தனையில் இருந்த பிரஹஸ்க்கு சற்று தொலைவில் ஒரு ஆறு வயது குழந்தை தோன்றி இவர் அருகே வந்து நின்றாள்.

பேச சற்று சிரமப்பட்ட அந்தச் சிறுமி, பாதி பேச்சும், பாதி சைகையும் கலந்து, "இது என்ன இடம், நான் யார்? எப்படி இங்கே வந்தேன்?" என்று கேட்டாள்.

பிரஹஸின் மனதில் இருந்து அழுகை பொங்கிக் கொண்டு வந்தது.

"நான் யார்?" என்று தான் இங்கு வந்ததிலிருந்து தேடிக் கொண்டிருக்கிறேன். எனக்கு ஆதரவாக யாருமே இல்லையே... ஒரு பெரியவர் இருக்கிறார் அவரும் சதா காலம் மௌனமாகவே இருக்கிறார்... "

மறுபுறம், சைகை கலந்த மழலைப் பாஷையில் அந்தச் சிறுமி "எனக்கும் ஆதரவு தர யாரும் இல்ல.. நானும் தனியா தான் இருக்கேன். இது என்ன இடம், வண்ண நிறத்துல ஒளி நிரப்பி இருக்கு.. வானம், பூமி மரம், மலை, எல்லாம் வரைஞ்சு வச்ச மாதிரி இருக்கு.. நீயும் நானுமே வரைஞ்சு வச்சது போல் இருக்கோம்! "என்று கேள்வி கேட்டதும்..

பிரஹசுக்கு உள்ளிருந்து சந்தோஷம், தனியாக போராடிக் கொண்டிருந்தோம், ஒரு துணைக் கிடைத்தது. ஏனோ தெரியவில்லை பிரஹசுக்கு அந்த பெரியவரை பார்க்க வேண்டும் என்று தோன்றியது. அதிகம் பேசாதவர், எப்போதாவது பேசினாலும் அதில் ஆழ்ந்த அர்த்தம் இருக்கும்.

பிரஹஸ் குழந்தையைத் தூக்கிக் கொண்டார். உள்ளிருந்து புத்துணர்ச்சி பொங்கியது. ஒரு சிறு குன்றின் மீது அமர்ந்திருந்த அந்த பெரியவரை நோக்கி புறப்பட்டார்.

இதை டெலிஸ் மக்களும், ரவி தேஜாவும், ஜே.ஜேவும், சைதன்யாவின் நகல் ஒளி பிம்பமும் ரசித்துக் கொண்டிருந்தார்கள்.

டெலிஸ் லேண்டில், அந்தக் குழந்தையின் பெற்றோர் கண்ணீர் வடித்தனர், சைதன்யாவிற்கும் கல்ப பிரம்மாவிற்கும் நன்றித் தெரிவித்தார்கள்.

நிகழ்காலம்:

நிகழ் காலத்தில் சஞ்சயா இதைத் தன் மனதினுள் பார்த்துக் கொண்டிருந்தாள். அவள் அருகில் சகாதேவன் அமர்ந்திருந்தார்.

டெலிஸும், ஏலியன்களும்

ஒளி வட்டம் உடைய அந்த பட்டாம்பூச்சியை ஆராய்ச்சி செய்தனர். அது ஏலியன்ஸ் வேவு பார்க்க அனுப்பியது என்று சைதன்யாவும் அவரது குழுவும் கண்டுபிடித்து உடனே டெலிஸ் லேண்டின் குடியரசு தலைவர் சிவாதித்யாவிற்கு தகவல் தெரிவித்தனர். ரகசிய உயர் மட்ட மீட்டிங் ஒன்று ஏற்பாடு செய்யப்பட்டு இருந்தது. அந்த மீட்டிங்கில் ஏலியன்களிடம் பேசவும் முடிவு செய்திருந்தனர்.

பல பல ஆண்டுகளாக பூமியில் நடந்து வந்த ஏலியன்ஸை கண்டுபிடிக்கும் ஆராய்ச்சியை கல்ப பிரம்மா நிறுவனமும் தொடர்ந்து செய்து வந்தது.

ஒரு ஆண்டிற்கு முன் ஆன்ரோமேடா கேலக்சியின் (Andromeda Galaxy) ஒரு நக்ஷத்திர குடும்பத்தில் இருந்து வந்த ஒரு ஏலியன்ஸ் சிக்னலை, டெலிஸ் எ.ஐ டெக்னாலஜி பதிவு செய்து, அந்த சிக்னலை டெலிஸ் தொழில்நுட்பம் மூலம் மாற்றியதில், அதிர்ச்சிகரமான தகவலாக,

அது ஒரு எ.ஐ தொழில்நுட்பம் கொண்டிருக்கும் ஏலியன்களிடம் இருந்து வந்திருப்பது தெரிந்தது.

இந்த விஷயம் மிக ரகசியமாக வைக்கப்பட்டது. மொத்தம் நான்கு பேரை தவிர (சைதன்யா, அவர் தாயார் மித்ரா, சாஹோ, ரவிதேஜா) இந்த விஷயம் யாருக்கும் தெரியாது என்று சைதன்யா நினைத்திருந்தாள்.

ஆனால் ஜே.ஜே இதை தெரிந்து வைத்திருந்தார்.

ஏலியன்களிடம் இருந்து வந்த ஒலி சிக்னலுக்கு சாஹோவும் ரவிதேஜாவும் பதில் அனுப்பினார்கள். அதிலிருந்து இரண்டு முறை ஏலியன்களிடம் இருந்து பதில் சிக்னல் வந்தது. அந்த சிக்னலை ஆராய்ச்சி செய்யும் போது அதிர்ச்சிகரமான, ஆபத்தான ஒரு விஷயத்தை அறிந்தனர். ஏலியன்களின் எ.ஐ மனிதனின் மனம், எண்ணங்களுக்குள் ஊடுருவி தகவல்களை சேகரிப்பது, உளவு பார்ப்பது என்ற வேலையை பார்க்கிறது என்று கண்டு திடுக்கிட்டார்கள்.

இந்த ஒரு வருட காலகட்டத்தில் இரண்டு எ.ஐ அதாவது டெலிசின் ஒரு வகை எ.ஐ மற்றும் ஏலியன்களின் எ.ஐ தங்களுக்குள்ளே பேசிக் கொண்டு தகவல்களை ஒரு டிஜிட்டல் திரையில் பதிவாகும் படி செய்திருந்தார்கள்.

இந்த மீட்டிங்கில் ஏலியன்களின் எ.ஐ க்கு எச்சரிக்கை விடுக்க முடிவு செய்திருந்தார்கள். டிஜிட்டல் ஒளி திரையில் ஏலியன் எ.ஐ வந்தது. எப்போதுமே வெள்ளை நிறத்தில் பிரதிபலிக்கும் அந்த ஏலியன் எ.ஐ இப்பொது சிகப்பு கலந்த நிறத்தில் இருந்தது.

ஏலியன்களின் எ.ஐ, தொழில்நுட்ப பிரச்னை காரணமாக தனியிச்சையாக இயங்குகிறது என்றும், அது ஒரு புதிய ஆராய்ச்சியில் ஈடுபடும் போது, ஏதோ பிரச்சனையாகி விட்டது என்று மட்டும் தெரிவித்து, சற்று சிகப்பு நிற ஒளியை வெளிப்படுத்தி மறைந்தது...

முடிந்தவரை டெலிஸ் எ.ஐ, ஏலியன் எ.ஐயிடம் இருந்து விஷயத்தை எடுத்துத் தகவல்களை சுருக்கமாகக் கொடுத்தது.

அதாவது ஏலியன்கள், தங்கள் புதிய கண்டுபிடிப்பான வெறும் எண்ணங்கள் மட்டும் வைத்து ஸூஷ்ம உருவம் எடுக்க கூடிய எ.ஐயை உருவாக்கி இந்த பிரபஞ்சத்தை ஆராய்ச்சி செய்ய சோதனையோட்டம் நடத்த பட்டிருக்கிறது. அந்த சோதனை ஓட்டத்தின் ஒரு பகுதியாக முதலில் பூமிக்கு டெலிஸ் லேண்டுக்கு அனுப்பபட்டு, பிறகு கடந்த காலத்துக்கு அனுப்பபட்டு இருக்கிறது. தொழில்நுட்ப கோளாறு காரணமாக கடந்த காலத்தில் மாட்டிக் கொண்டது தெரிய வந்தது.

டெலிஸ் லேண்டின் குடியரசு தலைவர் சிவாதித்யா மிகவும் பதற்றமாக இருந்தார். இந்த விஷயம் வெளியே எங்கும் செல்லக் கூடாது, நமக்குள் ரகசியமாக இருக்க வேண்டும் என்று கட்டளை இட்டார்.

சைதன்யாவின் தீவிரமான ஆராய்ச்சிக்கு பின்...

"அந்த ஏலியன் எ.ஐ. ஸூஷ்மமான ஒளி வடிவினை ஒரு பட்டாம்பூச்சி வடிவம் எடுத்து ஆராய்ச்சி மேற்கொண்டிருக்கு. நம்ம டெலிஸ் தொழில் நுட்பம் வச்சு, இது கடந்த காலத்துக்கு எங்க பயணம் செஞ்சு மாட்டிக்கிட்டு இருக்குனு பார்க்கணும்" என்று கூறி ஆராய்ந்தாள்..

உடனே டெலிஸ் எ.ஐ ஒரு பெரிய திரையை விரித்து, அந்தப் பட்டாம்பூச்சி பயணத்தை வரைபடமாகக் காண்பித்தது.

டெலிஸ் இராவில் (telis era) இருந்து 500 வருடங்கள், 1000 வருடங்கள், 2000 வருடங்கள்.... 3000 வருடங்கள் கடந்து இந்தியாவில், தமிழ்நாட்டில் ஒரு குறிப்பிட்ட இடத்தில் காட்டி நின்றது.

உடனே சைதன்யா காலப்பயணம் செய்து, கடந்த காலத்திற்குச் செல்ல முடிவு செய்தாள்.

சைதன்யாவின் தாயார் மித்ராவும், சாஹோவும் பதற்றமடைந்தனர். ஏனென்றால்

டெலிஸ் டெக்னாலஜி மூலம் மேற்கொள்ளும் அத்தகைய காலப்பயணத்தின் ஆராய்ச்சி முழுமைப் பெறாமல் இருந்தது.

ஒரே ஒரு சோதனை ஓட்டம் மட்டுமே நடந்திருந்தது. அதுவும் தோல்வி அடைந்திருந்தது.

காலப் பயணம், கூடு விட்டு கூடு பாய்தல்

எதிர்காலம்

அந்த ஆராய்ச்சி அறை நிசப்தமாக இருந்தது. சைதன்யா, அவர் தாயார் மித்ரா, ஸஹோ, ரவிதேஜா மட்டும் இருந்தனர்.

ஆராய்ச்சிக்கான பிரத்யேக நாற்காலியைப் பார்த்தார். பிரத்யேகமாகக் காலபயணத்திற்காக கண்டுபிடிக்கப்பட்டது. இதற்கு முன்னர் இந்தக் கால பயணத்திற்கான ஆராய்ச்சியை ஓர், இரு முறை சோதனை செய்து பார்த்தாகிவிட்டது.

ஒரு சோதனையில், டெலிஸின் நகல் ஒளி பிம்பத்தை அனுப்பி பார்த்தாகிவிட்டது. அது 800,1000 வருடம் தாண்டியதும் தகவல்கள் சிதற ஆரம்பித்தது.

மற்றொரு முறை ஒரு பெரியவரை ஆராய்ச்சிக்கு அழைத்து வந்ததில் அவர் ஒரு பரதேசி சாது என்பதும், பெயர் **ஏகன்**

என்பதை மட்டும் தெரிவித்து அதிகம் பேசாமல் மௌனமாகவே இருந்தார்.

ஏற்கனவே டெலிஸ் பொருத்தப்பட்டிருந்தவர், சில மாதங்களுக்கு முன் ரவிதேஜாவிற்குப் பழக்கமானவர். ஆராய்ச்சிதனில் ஈடுபாடு உள்ளதைத் தெரிவித்தார். அவரிடம் அனைத்து சம்மதமமும் பெற்று ஆராய்ச்சிக்கு உட்படுத்தினார்கள்.

இடுப்பில் ஒரு துண்டு கையில் கொம்பு (stick) வைத்திருந்தவர், அப்படியே அந்த நாற்காலியில் அமர்ந்து காலபயணத்திற்குத் தயாரானார். கண்களை மூடி, ஒரு கால் மட்டும் மடக்கி, மற்றொரு கால்லை கீழே வைத்து, வலது கையில் கொம்பைக் கீழே தரையில் அழுத்திப் பிடித்து அமர்ந்திருந்தார். காலப்பயணம் தொடங்கிய சில வினாடிகளிலேயே, ஒரு பெருமூச்சுவிட்டு அவர் இதயமும், உடல் அசைவும் நின்றது.

அனைவரும் அதிர்ச்சிடைந்தனர்.

சைதன்யா மிகவும் வருத்தமடைந்தாள். ஆராய்ச்சியின் போது பெரியவர் இறந்தது பெரும் துயரத்தை ஏற்படுத்தியது. அவருக்கு சொந்தம், பந்தம், நண்பர்கள், உறவு என்று யாரும் இல்லாததினால், சைதன்யாவின் குற்ற உணர்விற்கு ஒரு பரிகாரமாய், அந்த பெரியவரின் நினைவுகளை எடுத்து ஒளி உலகில் வாழவைத்தாள்.

அந்த அறை நிசப்தமாக இருந்தது.

அந்த காலி நார்காலியை பார்த்தப்படியே இருந்தாள் சைதன்யா. பெரியவர் நினைவு வந்து கொண்டிருந்தது. அறையின் ஓரத்தில் அவர் வைத்திருந்த கொம்பு இருந்தது.

மித்ராவின் தாயார், சைதன்யாவிடம்... "இந்த ஆபத்தான ஆராய்ச்சியை நீ கண்டிப்பா செய்யணுமா... நானோ சாஹேராவோ.. ரவிதேஜாவோ! போகலாமே!"

"இது என்னோட தலைமையிலான ஆராய்ச்சி... நான் தான் ரிஸ்க் எடுக்கணும். இத இதற்கு முன்னாடியே செய்திருக்கணும்.. தப்பு பண்ணிட்டேன்..பெரியவர் இறப்பிற்கு நான் காரணமாகிட்டேன். இந்த ஆராய்ச்சி பத்தின முழு பாதகமும் தெரிந்த நான் தான் இதில் இறங்கணும்."

இந்தக் காலப்பயணம், கூடு விட்டு கூடு பாய்வது போல்.... மனதும், நினைவுகளும், சூக்ஷ்ம உடலும் (ஜீவாத்மா) சேர்ந்து பயணிக்கும். ஏதோ ஒரு காரணத்தினால் திரும்பவும் வரவில்லை என்றால் காலப்பயணத்திற்கு அமர்ந்தவர் உயிர் பெற மாட்டார்...

அதே சமயம் உடலும் பத்திரமாக இருக்க வேண்டும். உடலை பாதுக்காக்க சைதன்யாவின் டீம் இருக்கிறார்கள். கால பயணத்தின் போது

ஜீவாத்மாவிற்கு (மனதும், ஸூஷ்ம உடலும் கலந்தது) ஏதும் நிகழக் கூடாது என்பது தான் சவாலான விஷயம்!

சைதன்யா! அவர் தாயாரிடம் தொடர்ந்தார்...

"டெலிஸ் டெக்னாலாஜிக்காகவும், கல்ப பிரம்மா! வளர்ச்சிக்காகவும், எவ்வளவோ பேரு தங்கள் நேரத்தை, குடும்பத்தைத் தியாகம் செய்து உழைச்சிருக்காங்க.. என்னோட கனவு, சிந்தனை எல்லாம் டெலிஸ் ஆராய்ச்சி, ஒளி உலகம் அப்படீன்னு வாழ்ந்துட்டேன். இதற்கு சம்பந்தமே இல்லாத ஒரு சாது பெரியவர் இந்த ஆராய்ச்சிக்காகத் தன் உயிரைக் கொடுத்திருக்கார். ஏலியன்களுடைய எ.ஐ எங்க மாட்டிட்டு இருக்குனு பார்க்கணும்.

இதனால கடந்த கால மக்களுக்கும், அவர்கள் நினைவுகளுக்கும், மனசுல ஏதாவது பிரச்னை வரலாம்.

அந்த பிரச்னையை தீர்க்கறது நம்ம பொறுப்பு... இந்த டெலிஸ் டெக்னாலஜி கடந்த கால மனிதர்கள் காப்பாற்றியதுன்னு.. வரலாறு பேசட்டும்" என்று கூறி, காலப்பயண நாற்காலியில் புன்னைகை முகத்துடன் அமர்ந்தார் சைதன்யா.

மித்ராவும், மற்றவர்களும் சற்று பதற்றத்தோடு இருந்தனர். சாஹோவும், ரவிதேஜாவும், வெற்றி முழக்கத்தோடு கையை

உயர்த்தி... பயணத்திற்கான கட்டளையைத் தொடங்கினார்கள். கண்களை மூடி அமர்ந்திருந்த சைதன்யா... லேசாக புருவ மத்தியைச் சுருக்கினார்.

சில வருடங்கள், பின் நோக்கி சென்று கொண்டிருந்தாள்.

ஒளி உலகம்

ஒளி உலகத்தில் அந்த பெரியவர் ஒரு குன்றின் மீது உள்ள மரத்தின் கீழ் அமைதியாக அமர்ந்திருந்தார். பிரஹஸும் அந்த பெண் குழந்தையும் அருகில் நின்று இருந்தனர். சற்று நேரம் இரண்டு பேருமே அமைதியை உணர்ந்தனர். பின்புறத்தில் பறந்து விரிந்த வானம், அதன் நிறம் லேசாக மாறிக் கொண்டே இருந்தது.

பிரஹஸ் ஆவேசமாக பெரியவரை பார்த்துத் தொடர்ந்தான். "நான் யார்? நான் யார்? "

பெரியவர் மௌனமாக இருந்தார்..

"நாம ஏன் இப்படி ஒளி உடம்புல இருக்கோம்? ஏன் வானம், மலை எல்லாம் நிறம் மாறிக்கிட்டே இருக்கு? சில பேர் திடீர்ன்னு வருகிறார்கள். அப்புறம் மறைஞ்சு போறாங்க. சில பேர் ரொம்ப நாள் இங்க வாழுறாங்க. சில பேர் சில காலத்திலேயே மறைஞ்சு போய்டுறாங்க... இந்த இடைப்பட்ட காலத்துல சண்டை, சச்சரவு, பிரச்னை, மோதல், மனபோராட்டம், உயர்ந்த நிறம், தாழ்ந்த நிறம்.. ஏன் இந்த பேதங்கள்? யார்

இதை உருவாக்கினார்கள்? எப்படி இந்த ஒளி உலகம் வந்தது? படைத்தவன் எல்லாவற்றையும் சமமாக படைக்க வேண்டியது தானே?" என்று கோபமாக பிரஹஸ் பல கேள்விகள் கேட்டான்...

சற்று நேரம் மௌனமாக இருந்த பெரியவர்... பிறகு தொடர்ந்தார்..

"காரண காரியம் இன்றி எதுவும் நடக்காது.. இங்கு எதுவும் நிரந்தரமில்லை.... நம்மை ஏதோ ஒன்று இயக்கிக் கொண்டிருக்கிறது... "

"யார் அது இயக்குவது? "ஆவலுடன் பிரஹஸின் கேள்வி...

"படைத்தவன்.. இல்லை படைத்தவர்களாக இருக்கலாம்..."

"அதெல்லாம் மூடநம்பிக்கை!" என்றான் பிரஹஸ்.

"படைத்தவன் நீயாகக் கூட இருக்கலாம்.... உன்னையே நீ படைத்து, படைக்கச் சொல்லிவிட்டு மறந்திருக்கலாம். இல்ல ஏதோ ஒரு காரணத்திற்காக மறைக்கப்பட்டிருக்கலாம். நாம் படைக்கப்பட்டிருக்கிறோம் என்று நீ நினைத்தால், உன் மனம் நம்பினால், அப்போது படைத்தவன் ஒருவன் இருப்பதை நம்பித்தான் ஆகவேண்டும். என்றார் பெரியவர்.

"படைத்தவன், எவனவன்?... இவ்வளவு பிரச்னை.. ஏற்ற தாழ்வுகள்... மனவேதனை...

இந்த பிரச்சனையான வாழ்க்கைய ஏன் கொடுக்கணும்..?

"இங்கே நிறைய பேர் சந்தோஷமாகவும் அமைதியாகவும் இருக்கிறார்களே?" என்றார் பெரியவர்.

"நிறைய பேர் இல்லை! சில பேர்....சுயநலமாக சந்தோஷமாக இருக்கிறார்கள்? என்னோட வந்து போராட வேண்டியது தானே? அவர்கள் மட்டும் நன்றாக இருந்தால் போதும்" என்று நினைக்கிறார்கள்..

அமைதியாகக் கேட்டிருந்த பெரியவர் மறுபடியும் தொடர்ந்தார்..

"காரண காரியம் இன்றி ஏதும் நடப்பதில்லை.. ஏதோ ஒன்று உள்ளது.. அதை நாம் அறியாத வண்ணம் மறைக்கப்பட்டுள்ளது! நம்மை படைத்தவன் முழுமையானவனாக இருக்க வேண்டும் என்று அவசியமில்லை... நம்மை படைத்தவன் ஒருவன் என்றால், அந்த படைத்தவனை படைத்தவர் யார்? அவருக்கும் மேலே ஒரு சக்தி இருக்கலாம்..." என்றார் பெரியவர்.

சிந்திக்கத் தொடங்கினான் பிரஹஸ்.

"உன் எண்ணங்களே உனக்கு எதிரி, எண்ணங்கள் அற்று இருக்கும் போது, அங்கு இருப்பது அமைதி மட்டுமே (Silence) நிரந்தரமான

ஒன்று... யாராலும் அதை ஆக்கவோ! அழிக்கவோ! முடியாது... "

சற்று நேரம் மௌனம் நிலவியது. "நான் யார்? என்ற தேடலில் விடாப்பிடியாக இரு!... படைத்தவனை சந்திக்கும் நேரம் வெகு விரைவில் நிகழும்... தயாராக இரு, உன் இருப்பின் காரணம் அப்போது புரியும் "என்று கூறி மறுபடியும் மௌனத்தில் இருந்தார் பெரியவர்.

அங்கு ஒளி வட்டம் உள்ள பட்டாம்பூச்சி, செடியருகே வந்து அமர்ந்தது. என்ன இது வித்தியாசமாக இருக்கிறதே என்று பிரஹஸ் பார்த்தான்... அந்த பெண் குழந்தை அதை பிடிக்கச் சென்றது..உடனே அது பறந்து சென்றது.

"ஒரு லீலை ஆரம்பமாகிறது பிரஹஸ், தயாராக இரு... "என்றார் பெரியவர்.

அவரையே உற்று பார்த்துக் கொண்டிருந்தான் பிரஹஸ்...

ஒளி உலகில் அந்த பட்டாம் பூச்சி எப்படி வந்தது?.. யார் உருவாக்கியது? என்று தேட ஆரம்பித்தார்கள் கல்ப பிரம்மாக்கள்.

எதிர்காலம்
கேயாஸ் தொடர்புகள் 1

இந்த பிரபஞ்சத்தில் நிறைய நிகழ்வுகள் நடந்து கொண்டிருந்தது......

அதில், **எதிர்காலத்தில்…**

திருட்டுத்தனமாக இந்தியாவில் இருந்து எடுத்துவரபட்ட காகிதத்திலும், பென்சிலிலும், கதை எழுதிக் கொண்டிருந்தாள் ரங்கநாயகி.

டெலிஸ் லேண்டில் காகிதம், மற்றும் எழுதுகோலுக்குத் தடை விதிக்கப்பட்டுள்ளது. டெலிஸ் டிஜிட்டல் திரை பயன்படுத்த இது ஒரு யுக்தியாக பயன்படுத்தப்பட்டது. அதை பொருட்படுத்தாத போராட்டக்காரர்கள் ரகசியமாகப் பயன்படுத்தினார்கள்.

அருகில் வந்த அக்ஷய்காந்த் சில பக்கங்களை எடுத்து புரட்டிப் பார்த்தான்.

"இந்த பிரபஞ்சம் ஒன்றோடு ஒன்று தொடர்புடையது. ஒரு நிகழ்விற்கும் இன்னொரு

நிகழ்விற்கும் சம்பந்தம் உடையது.. "என்று வரிகளில் ஆரம்பித்துக் கதை தொடர்ந்தது...

சில காகிதங்களைப் புரட்டி பெரு மூச்சு விட்டான்.

"இன்னிக்கி ஒரு காட்சிக்கு ஐடியா வந்தது! சொல்றேன் பார் "என்று ஆர்வமாகத் தொடர்ந்தாள் ரங்கநாயகி...

"கதைபடி நான் ஒரு நடிகை, நம்ம ரெண்டு பேரும் ஒரு படம் நடிக்கிறோம் நீ தான் ஹீரோ. என் பேரு மாயா... உன் பேரு அர்ஜுன் கிருஷ்ணா. நான் வந்து ஸ்பிலிட் பெர்சனனாலிட்டி (split personality) கதாபாத்திரம், உன்ன நிஜத்துல காதலிக்கறேன், ஆனா நம்ம நடிக்கற படத்தில நான் உனக்கு வில்லி... ஒரு நாள் இரவு உன்ன "கேண்டில் லைட்" (Candle light) டின்னருக்கு கூப்பிடறேன்..." என்று ஆர்வமாகக் காட்சியை விவரித்துக் கொண்டிருக்கும் போது...

குறுக்கிட்ட அசூஷய்காந்த், ஆவேசமாகத் தொடர்ந்தான்.

"நீ எழுதற கதை, திரைக்கதை எதுவுமே இங்க, டெலிஸ் லேண்டுல படமா எடுக்க முடியாது, எவ்வளவு வருஷமா போராடுகிறோம், இங்க படம் எடுக்கறதுக்கான எந்தக் கட்டமைப்பும் இல்ல, அத பார்க்கறதுக்கு ஒரு திரையரங்கம் கூட இல்லை.

இந்த அரசாங்கம் திரைப்படம் எடுக்க அனுமதிச்சி, நாம எடுத்து... ஒரு திரையரங்கம் கட்டி அத திறக்கிறது அப்படிங்கறது வெறும் கனவு தான்... நம்ம வேணும்னா இந்தியாவுக்கு போலாம், அங்க ஒருத்தர் இரண்டு பேர் படம் எடுக்கறாங்க. சில இடத்தில திரையரங்கம் இருக்கு, அங்கே போகலாம், அவங்க கூட சேர்ந்துக்கலாம்..

இங்க போராடி... போராடி.. வெறுத்துப் போச்சு... "என்று விரக்தியில் அக்ஷய்காந்த் கூறினான்

"அப்படி சொல்லாதே.. என்னோட கதை ஒரு நாள் படமா வரும் நானும், நீயும் நடிக்கிறோம்" என்றாள் ரங்கநாயகி.

கோபத்தில் அவள் எழுதின கதை காகிதத்தை பிடுங்கி மேலே வீசி எறிந்தான் அக்ஷய்காந்த்... காகிதங்கள் மேலே பறந்தன. அதை பார்த்து பொறுக்க முடியாத ரங்கநாயகி...

"ஏய்ய்ய்ய்ய் ....!" என்று சத்தம் போட்டு நாக்கை மடித்து..... கண்களை விரித்து முறைத்தபடி அவன் சட்டையைப் பிடித்தாள்.

பிரபஞ்சத்தில் இதற்கு முன்னர் எப்போதோ நடந்த காட்சி... பல தடவையும் நடந்திருக்கலாம்..

ஜே.ஜே (ஜேம்ஸ் ஜோஷி) அவசரமாக அங்கு வந்தார்... நிலைமை புரிந்தது.

"போராட்டத்திற்கான இறுதி கட்டம் நெருங்கிட்டோம்.. என் கூட வாங்க... ப்ளான் ஏ, பிளான் பி இரண்டுமே செயல்படுத்தறோம்" என்றார் ஜே.ஜே

இதைக் கேட்டு ரங்கநாயகியும், அக்ஷய்காந்தும் திடுக்கிட்டனர்.

ஜே.ஜேவின் ஆராய்ச்சி, எதிர்வினை டெக்னாலஜி..

டெலிஸை வைத்து ஒளி உலகை அழிக்கும் ரிவர்ஸ் டெக்னாலஜி இது பிளான் எ

பிளான் பி என்பது ஜே.ஜேவும் காலப்பயணம் செய்வது..

"ரகசிய தகவல்.. சைதன்யா கால பயணம் செஞ்சி கடந்த காலத்திற்கு போயிருக்கா... நானும் கிளம்பறேன். "என்று மூவரும் ஒரு பாதாள அறைக்கு வந்தார்கள். இரண்டு, மூன்று குடுவைகள் மற்றும் ஒரு குழு தயாராக இருந்தது..

"நான் சொல்றத நல்ல கேளுங்க..." என்றார் ஜே.ஜே.

"முதல் கட்டமா இந்த காலப்பயணம் சூஷ்மமா... திருவண்ணாமலையில் உள்ள மலைபகுதிக்கு போறேன்... இங்க தான் டெலிஸ் டெக்னாலஜியின் மொத்த பேக் அப் (Backup) இருக்கு.

அதற்கு அப்பறம், இரண்டாவது கட்டமா, கடந்த காலத்துக்கு போறேன். இரண்டாவது கட்டத்தில் அந்த ஒளி பட்டாம்பூச்சியைப் பின் தொடரணும்." என்று டீமுக்குக் கட்டளை இட்டு... ரங்கநாயகி, அக்ஷய்காந்த் அருகில் வந்தார் ஜே.ஜே.

"நான் திரும்ப வருவேனான்னு தெரியாது... ஆனா! இந்த ரிவர்ஸ் எபெக்ட் (reverse effect) கண்டிப்பா ஒளி உலக மக்களுக்கு நான் யார்? என்பதை உணர வைக்கும்.

கல்ப பிரம்மாவிற்கும், டெலிஸ் மக்களுக்கும் நல்ல பாடத்தைக் கற்பிக்கும். அதன் பிறகு மக்களை வழி நடத்துங்க...

ரங்கநாயகி! உன் கனவு நினைவாகும்... படம் எடு. நீ ஹீரோயினா நடி அக்ஷய்காந்த் தான் ஹீரோ... "என்று கூறி கண் கலங்கினார் ஜே.ஜே!

பல வருடங்களுக்கு முன் ஜே.ஜேவும், சைதன்யாவும் (ஒன்றாக இருந்த சமயத்தில்) திருவண்ணாமலையில் ரங்கநாயகியைத் தத்தெடுத்தது ஜே.ஜே விற்கு நினைவிற்கு வந்தது.

குடுவையில் அமர்ந்து தான் தயார் என்று சிக்னல் காட்டினார்...

"அப்பா! நான் காத்துட்டு இருக்கேன்! நீங்க தான் என் படத்திற்கு இயக்குனர் "என்று கண்கலங்கிய படி கூறினாள் ரங்கநாயகி.

ஜே.ஜே வின் பயணம் தொடங்கியது.

கேயாஸ் தொடர்புகள் 2

இந்த பிரபஞ்சத்தில் நிறைய நிகழ்வுகள் நடந்து கொண்டிருந்தது அதில்...

நிகழ்காலம்:

பெரியவரும் விஷ்வாவும் திருவண்ணாமலையில் உள்ள ஒரு குகைக்குள் சூஷ்ம உடலில் இருந்தனர்.

"இங்க தான் உனக்கு வேறு ஒரு உலகத்தைக் காட்ட போறேன்... எதிர்காலத்துக்கும் நிகழ்காலத்துக்கும் மாறி மாறி போய்ட்டு வருவோம் பார்" என்றார்.

விஷ்வாவிற்குக் கோடு கோடாக எதோ கதிர்கள் தெரிந்தது.

"குருவே! என்ன இது... "

"நாம இப்போ எதிர்காலத்தில இருக்கோம் "என்றார் பெரியவர்.

விஷ்வா தன் சூஷ்ம உடலால் ஒரு கதிர்கோட்டைத் தொட்டுப் பார்த்தார்.

டெலிஸ் லேண்டில், மித்ரா, சாஹோ, ரவிதேஜா இருக்கும் ஆராய்ச்சி கூடத்தில் ஒரு டெலிஸ் திரையில் சிக்னல் ஒன்று தோன்றி, திருவண்ணாமலையில் இவர்கள் வைத்திருக்கும் பேக் அப் (back up) பில் யாரோ இருப்பதாகத் தகவல் தெரிவித்தது.

"விஷ்வா! எதையும் நீ தொடாதே.. இது எதிர்கால மக்கள் ஒரு உலகத்தை உருவாக்கி இருக்கிறார்கள். அதற்கான ஒரு மூல கூறுகள் தான் இவை, இதை வைத்துக் கொண்டு எவ்வளவு புது உலகம் வேண்டும் என்றாலும் அவர்களால் உருவாக்க முடியும்". என்று தன் எண்ண அலைகள் மூலம் விஷயத்தைத் தெரிவித்தார் பெரியவர்.

ஜே.ஜேவும் தன் சூஷ்ம உடலில் அந்த மலைக்குள் வந்து பார்த்தான். யாரோ அங்கு இருப்பதும், அவர்கள் கடந்த காலத்தில் இருந்து வந்ததும் தெரிந்தது. உடனே இதை உணர்ந்த பெரியவரும், விஷ்வாவும் அங்கிருந்து புறப்பட்டனர்.

ஜே.ஜே வும் சிறிது நேரம் அங்கு இருந்து, பேக்கப்களை சரி பார்த்து அடுத்த கட்ட நகர்வாக, கடந்த காலத்துக்கு விரைந்தான்.

பெரியவரும், விஷ்வாவும், மறுபடியும் சூஷ்ம உடலில் நிகழ்காலத்தில் இருக்கும் திருவண்ணாமலை குகைக்குள் வந்தனர்.

அந்த குகைக்குள் கதிர்கள் ஏதும் இல்லை என்பதை விஷ்வா உணர்ந்தார். ஒரு எல்லைக்கு உட்படுத்த முடியாத ஆச்சரியத்தில் இருந்தார்.

பல அற்புதமான விஷயங்கள் இந்த பிரபஞ்சம் உள்ளடக்கி உள்ளது. அதை மனிதன் உணராமல் மாயையில் இருக்கிறானே என்று தோன்றியது. இந்த காலப்பயண வாய்ப்பு அளித்த தன் குருவிற்கு நன்றி தெரிவித்தான்.

"இரு விஷ்வா! காரண காரியம் இன்றி எதுவும் நடக்காது, ஒரு பெரிய நிகழ்வு ஒன்று நடக்கப் போகிறது. அதற்கு உன் உதவி தேவை, இத்தனை நாள் நீ செய்து வந்த மந்திர ஜெபத்தின் சக்தி, நான் சொல்லிக் கொடுத்த க்ரியா வித்தை எல்லாம் பயன்படுத்த வேண்டி வரும்" என்று தகவல் பரிமாறினார் பெரியவர்.

தயாராக இருப்பதாக விஷ்வா தெரிவித்தான்.

கேயாஸ் தொடர்புகள் 3

நிகழ்காலம் - எதிர்காலம் கலந்தது.

நிகழ்காலம்:

சஞ்சயா பிரமை பிடித்தது போல் அமர்ந்திருந்தாள். பக்கத்தில் ஏதோ ஒன்று நடக்கப்போவதை உணர்ந்தார் சகாதேவன்.

எதிர்காலத்தில் இருந்து நிகழ்காலத்திற்கு ஒருவர் வருவது ஆச்சரியமான விஷயமாக இருந்தாலும், சஞ்சயா மனதில் எதோ போராட்டம் உருவாகியது.

சைதன்யா, காலப்பயணம் செய்து நிகழ்காலத்தை வந்தடைந்தாள். அவள் இருப்பில், கண்ணுக்கு தெரியாத சூஷ்ம உடலும், எண்ணங்களும் மட்டுமே இருந்தது.

காலப்பயணம் மேற்கொண்டு வந்ததில் பல பிறவிகளின் சாராம்சம் புரிந்தது. பேருந்தில் செல்லும் போது, சாலையோரம் இருக்கும் கடைகள், நடக்கும் மனிதர்கள், நிகழ்வுகள் பின்

நோக்கி செல்லுமே... அது போல் சைதன்யா கடந்து வந்த பிறவிகளைப் பார்த்தாள்.

நிகழ்காலத்தில் மனிதனின் வாழ்க்கை, வீடுகள், டெலிஸ் இல்லாத வாழ்க்கை விசித்திரமாக இருந்தது.

மக்கள் பயன்படுத்தும் செல்போன், அதற்கான டவர்கள், இதை டெலிஸ் டெக்னாலஜிவுடன் சம்பந்தப்படுத்தி பார்த்து எண்ணங்களில் சிரித்துக் கொண்டாள். டெலிபோர்ட்(டெலிபோர்ட்டேஷன்) இல்லாமல் மக்கள் ஓர் இடத்தில் இருந்து இன்னொரு இடத்திற்கு வாகனங்களில் செல்வது, ஜனத்தொகைக் கூட்டம், மக்கள் எண்ணங்களின் நெரிசல்களைச் சமாளித்து ஒளி வட்டம் உள்ள பட்டாம்பூச்சியின் இருப்பிடத்தைத் தேடி, சஞ்சயாவின் இருப்பிடத்திற்கு வந்தது சைதன்யாவின் சூஷ்ம உடலும், எண்ணங்களும்.

அந்த அறையில் எதோ ஒரு சக்தியின் இருப்பை சஞ்சயாவும், சகாதேவனும் உணர்ந்தனர்.

ஏலியன்களின் - மனதை ஊடுருவும் (எ.ஐ) சோதனை, சஞ்சயாவிடம் நிகழ்த்தி இருக்கிறார்கள் என்பதை உணர்ந்தாள் சைதன்யா.

சஞ்சயாவின் மனதிற்குள் ஊடுருவ முயற்சித்து சற்று பின் வாங்கினாள் சைதன்யா.

ஏலியன்களின் எண்ணங்கள் கலந்திருக்கும் சஞ்சயாவின் மனதிற்குள் சென்று மாட்டிக் கொண்டால் என்ன செய்வது என்ற தயக்கம் இருந்தது.

மிகுந்த பதற்றத்துடன் இருந்த சஞ்சயா... திடீர் என்று மயங்கி விழுந்தாள். சகாதேவன் பதறிக் கொண்டு எழுப்ப முயற்சித்தார்.

ஏலியன்களின் எண்ணங்கள் சஞ்சயாவிடம் இருந்து வெளியேறியதை உணர்ந்தாள் சைதன்யா. ஏன் வெளியேறினார்கள்! என்று குழப்பத்தில் இருந்தாள். ஒரு வேளை தொழிநுட்பம் சரி செய்யப்பட்டு அவர்கள் எ.ஐ சோதனை திரும்பப் பெறுகிறார்களோ என்று தோன்றியது. இது தான் தக்க சமயம் என்று சஞ்சயாவின் மனதிற்குள் ஊடுருவினாள் சைதன்யா...

சிறிது நேரம் கழித்து கண்விழித்தாள் சஞ்சயாவும், அவளுக்குள் இருக்கும் சைதன்யாவும்.

கண்ணாடி முன் நின்று தன்னைப் பார்த்துக் கொண்டாள். தன் தலைமுடியைக் கோதிக் கொண்டாள். அருகில் பதற்றத்தில் நின்று கொண்டிருந்த சகாதேவனைப் பார்த்து.

"அங்கிள்! சாஹோ! (Uncle Saaho) எப்படி இருக்கீங்க... "என்றாள்

வாயை பொளந்து நின்று கொண்டிருந்தார் சகாதேவன்.

மறுபடியும், கண்ணாடியைப் பார்த்து… "வாவ்!! இளமைப் பருவம்… என்ன சஞ்சயாவிற்கு முப்பது வயது இருக்குமா? எனக்கு ஐம்பத்தி ஐந்து" என்று பேசிக் கொண்டே சகாதேவனைப் பார்த்து….

"நான் சைதன்யா! எதிர்காலத்தில் இருந்து காலப்பயணம் செய்து வந்திருக்கேன். சஞ்சயா எடுக்கப் போகும் பல பிறவிகள்ல நானும் ஒன்னு.. எங்களுடைய மூதாதையர்கள் நீங்கள். உங்கள சந்திக்கறதுல மிக்க மகிழ்ச்சி அங்கிள் சாஹோ.. ஓ… சாரி… மிஸ்டர் சகாதேவன்" என்று கைக் கொடுத்தாள்.

பதற்றத்திலும், நடுக்கத்திலும் இருந்தார் சகாதேவன்.

இத்தனை நாள் வரை சஞ்சயா சொல்றது உண்மையா? இல்லை தலையில் அடிப்பட்டு அதன் விளைவாக வந்த மனப் பிரமையா? என்ற குழப்பத்தில் இருந்த சகாதேவன்.

சஞ்சயாவின் வேறு விதமான உடல் மொழி, குரலிலும், பேச்சிலும் மாற்றம் ஏற்பட்டதை பார்த்து 'நிஜமாகவே இவள் காலப்பயணம் செய்து வந்திருக்கிறாளோ?' என்று தோன்றியது.

பதிலுக்குக் கைகள் நடுங்க கை கொடுத்தார். இதனால் சஞ்சயாவிற்கு ஏதும் ஆகக் கூடாதே என்ற பயம் வந்தது.

அதை உணர்ந்த சைதன்யா "கவலைப்படாதீங்க, சஞ்சயா மனதிற்கு ஒன்றும் ஆகாது, அவ பதற்றத்தில் பயத்திலும் இருக்கறது நான் உணர்றேன். பாருங்க வலது கை நடுங்கிக் கொண்டிருக்கிறது."

"நீ யாரா வேணுனாலும் இரு, என்னோட பொண்ணு உடம்பிலிருந்து போயிடு!" என்று கவலையோடு கூறினார் சகாதேவன்.

அந்த அறையை ஒரு முறை சுற்றிப் பார்த்தாள். நிறைய புத்தகங்கள், வரைந்த படங்கள், மூலையில் கேமரா ஓடிக் கொண்டிருந்தது. மேஜை மேல் சகதேவனின் குறிப்புகள்.

"அங்கிள்!.." என்று கூறி சற்று நிறுத்திய சைதன்யா

"அப்பா...! உங்களை அப்பா என்று கூப்பிடுவது விசித்திரமான அனுபவம், சுயமாகக் கருத்தரித்து உருவானவளுக்கு, கடந்த காலத்தில் ஒரு தந்தை என்ன ஒரு விசித்திரம்..."

"சரி! நீங்க ஒரு மனநல மருத்துவர், எழுத்தாளரும் கூட விஞ்ஞானத்துல அரிதிலும் அரிதான ஒரு நிகழ்வு, சஞ்சயாவுக்கு என்ன நடக்குதுன்னு சொல்றேன்...

நீங்க இப்ப இருக்கிற நிகழ்காலத்துல, சூரிய குடும்பத்தை பத்தியும், பூமியை பத்தியும் தெரிஞ்சுக்க, ஏலியன்ஸ் இங்க வந்திருக்காங்க. அதை பல பேர் பார்த்திருக்காங்க. அதுல சஞ்சயாவும் ஒருத்தி, அப்போ எதிர்பாராத விதமா சஞ்சயாவுக்கு அடிபட்டு சுயநினைவு இழந்து போனாள், இது நிகழ்காலத்துல நடந்த நிகழ்வு.

இங்க உங்க நிகழ்காலத்திற்கு வந்த ஏலியன்கள், நிகழ்காலத்தை சேர்ந்தவர்கள் இல்லை, அவர்கள் எதிர்காலத்தில் இருந்து வந்திருக்கிறார்கள்.

அதாவது ஏலியன்களோட எதிர்காலத்து விஞ்ஞானிகள் (மூவாயிரம் வருடத்திற்கு பிறகு இருக்கும் விஞ்ஞானிகள்), ஒரு ஆராய்ச்சி நடத்தி அதை சோதனை செய்வதற்காக, கடந்த காலத்திற்கு ஏலியன்களை அனுப்பி இருக்கிறார்கள்.

அதனை சோதனை செய்ய வந்த ஏலியன்கள், சுயநினைவு இழந்து இருக்கும் சஞ்சயாவின் மனதிற்குள், எண்ணங்களுக்குள் சென்று இருக்கிறார்கள். அதனால் தான் உங்கள் நிகழ்காலத்தில் இறந்து போன சஞ்சயா.. எதிர்காலத்தில் வாழ்ந்து கொண்டிருக்கும் அவள் சந்ததியான என்னிடம் இருக்கும் சக்தியைப் பயன்படுத்தி சஞ்சயாவை உயிர்ப்பித்திருக்கிறார்கள்.

சஞ்சயா உயிர்த்தெழும் போது அந்த நிகழ்வு எதிர்காலத்தில் இருக்கும் என்னையும் பாதித்தது.

ஏலியன்களின் சோதனையின் இன்னொரு பிரிவாக எதிர்காலத்தையும் வேவு பார்த்திருக்கிறார்கள். அவர்களுக்கு எச்சரிக்கை அனுப்பியுள்ளோம்.

இதனிடையே அவர்கள் (ஏலியன்கள்) கடந்த காலத்துக்கு அனுப்பிய எ.ஐ யில் எதோ கோளாறு ஏற்பட்டு இருக்கிறது என்று தகவல் வந்தது.

அது என்ன என்பதைக் கண்டுபிடித்து அந்த ஏலியன் எ.ஐ யை எங்கள் டெலிஸ் டெக்னாலஜி கொண்டு அழிக்கவே வந்திருக்கேன்.

சஞ்சயா ஆழ்மனதில் ஊடுருவி பார்த்ததில், அவர்கள் அழிக்கும் எண்ணத்தில் வரவில்லை, ஆராய்ச்சி செய்ய மட்டுமே வந்திருக்கிறார்கள் எனத் தெரிந்து கொண்டேன்."

எதிர்காலம்:

எதிர்காலத்தில் சைதன்யாவின் ஆராய்ச்சி கூடத்தில், மித்ராவும் குழுவினரும், டெலிஸ் திரையைப் பார்த்தபடி மிக ஆவலாகக் காத்திருந்தனர்.

கடந்த காலத்தில் இருந்து சைதன்யா அனுப்பும் செய்திகள் மிக மெதுவாக வந்து கொண்டிருந்தது.

மற்றொரு திரையில், (ஏலியன்களுடன் தொடர்பு கொள்ளும் திரையில்.)

"கடந்த காலத்திற்கு அனுப்பிய எ.ஐ தொழில் நுட்பத்தைத் திரும்ப பெரும் முயற்சியில் உள்ளோம், விரைவில் அதன் முடிவைத் தெரிவிக்கிறோம்" என்ற பதிவு வந்தது, மித்ராவிற்கும், மற்ற குழுவினருக்கும் ஆறுதலாக இருந்தது.

நிகழ்காலம்:

அதற்கு மாறாக, நிகழ்காலத்தில் அந்த ஏலியன்கள் எ.ஐ வானத்தில் கண்களுக்குத் தெரியாத எண்ணங்களின் பந்தை உருவாக்கி மற்ற எண்ணங்களை ஈர்த்துக் கொண்டிருந்தது.

நிகழ்காலத்தில் சஞ்சயாவின் உள்ளிருக்கும் சைதன்யா தொடர்ந்தாள்.

"அப்பா! கவலை வேண்டாம். சஞ்சயாவிற்கு ஒன்றுமாகாது.. அநேகமாக எதிர்காலத்து ஏலியன்கள், அவர்கள் அனுப்பிய எ.ஐயைத் திரும்ப பெரும் முயற்சியில் இருப்பார்கள். அதனால் தான் சஞ்சயா மனதில் ஊடுருவி இருந்த ஏலியன் எ.ஐ எண்ணங்கள் வெளியேறி இருக்கிறது.

நிகழ்காலத்தில் இருக்கும் ஏலியன்கள், சூரிய குடும்பத்தை விட்டு தாண்டி இருக்க

மாட்டார்கள் என்று நினைக்கிறன். நான் அங்கு சென்று அவர்களைச் சந்தித்து மறுபடியும் எதிர்காலத்திற்கு செல்கிறேன். நான் சென்ற பின், மறுபடியும் சஞ்சயா மயக்கமாவாள் பதற வேண்டாம். சற்று நேரம் கழித்து அவள் எழுந்து சகஜமாவாள்.

ஏலியன்கள் அவள் எண்ணத்திலிருந்து சென்றதினால் எந்த வித எதிர்கால தொடர்பும் இருக்காது. தேவை என்றால் அந்த நினைவுகளை மட்டும் அழித்து விட்டு செல்கிறேன் "என்றாள் சைதன்யா.

சற்று யோசித்த சகாதேவன்...

"வேண்டாம்... அவள் இயக்குனராகப் போகிறாள்.. அவள் படத்திற்கு இந்த நினைவுகள் இருக்கட்டும்.." என்றார் சகாதேவன் நெகிழ்ச்சியுடன்...

"நான்.. கல்ப பிரம்மாவின் இயக்குனர், டெலிஸ் லேண்டில் ராணி அந்தஸ்தில் இருக்கேன்னா... இதில் சஞ்சயாவின் உழைப்பும், எண்ணமும், என் டி.என்.ஏவில்(DNA) கலந்திருக்கிறது.. விடைபெறுகிறேன் "என்று கூறி கட்டியணைத்தாள்.

சகாதேவன் கண்கள் கலங்கின...

"உங்க எதிர்காலத்து மனைவி... மித்ராகிட்ட சொல்றேன்..." என்று கட்டி அணைத்தபடியே கூறினாள்.

நிகழ்காலத்தில கணவன், மனைவியா ஒண்ணா வாழ்ந்திருக்கீங்க, ஆனா எதிர்காலத்தில, ஏதோ ஒரு ஜென்மத்துல நெருங்கிய நண்பர்கள். எழுபது வயதாகியும், தன் காதலைச் சொல்லாத "ஸாஹோ" என்ற "சகாதேவன்".

நான் போய் உங்கள அங்க சேர்த்து வைக்கிறேன், இங்க நின்று போன உங்க வாழ்க்கை அங்க தொடரட்டும்" என்று கூறி விடைப் பெற்றாள் சைதன்யா... மயங்கி விழுந்தாள் சஞ்சயா...

சைதன்யா எண்ணங்களும், சஞ்சயாவின் எண்ணங்களையும் சேர்ந்து இழுக்கத் தொடங்கியது அந்தக் கோளாறு ஏலியன் எ.ஐ!

சஞ்சயாவைப் படுக்கையில் படுக்க வைத்து.. அவள் நினைவு திரும்புவதற்குக் கண்ணீருடன் காத்திருந்தார் சகாதேவன் ...

நடந்த நிகழ்வில் இருந்து மீள முடியாமல்...

கேயாஸ் தொடர்பு 4

நிகழ்காலம், எதிர்காலம் கலந்தது..

எதிர்காலத்து ஏலியன்கள், கடந்த காலத்திற்கு அனுப்பப்பட்ட எ.ஐ தொழில் நுட்பத்தைத் திரும்ப பெரும் முயற்சியில் தீவிரமாக இருந்தனர்.

ஆனால், அந்த கோளாறான எ.ஐ இங்கிருக்கும் சிதறிய எண்ணங்கள், மனிதனின் கனவுகள், உயிர்ப் பிரிந்த பிரேத ஆத்மாவின் நினைவுகள், கோமாவில் இருக்கும் நினைவுகள், மயங்கி இருக்கும் மனிதர்களின் எண்ணங்கள் அனைத்தையும் இணைத்து அதன் நகர்வு பாதிக்கப்பட்டது.

இவ்வுலகில் உயிர்நீத்து எதோ காரணத்தினால் அடுத்த பிறவி எடுக்க முடியாமல் ஆவியாகச் சுற்றி கொண்டிருக்கும் பிரேத ஆத்மாக்களுக்கு இந்த ஏலியன்களின் எ.ஐ ஒரு பிடிமானம் ஆகியது.

தூங்கிக் கொண்டிருக்கும் மனிதனின் கனவுகள், பிரேத ஆத்மாக்களின் ஆசைகள் இணைந்து ஒரு பிணைப்பு உருவாகியது.

அந்த கனவு உலகை பெரிது படுத்திக் கொண்டே போன அந்த ஏலியன் எ.ஜ, ஆசைகள் நிறைவேறாமல் சுற்றித் திரிந்து கொண்டு இருந்த பிரேத ஆத்மாக்கள், ஆவிகள் அனைத்தும் அந்த கனவு உலகிற்குள் சென்று வாழத் தொடங்கியது. சில ஆவிகள் அனைத்தும் சேர்ந்து ஒரு வட்டத்தை உருவாக்கி ஏலியன் எ.ஜ யை நகரவிடாமல் பார்த்துக் கொண்டது.

பூமியில் தூங்கிக் கொண்டிருந்த மனிதர்கள், சிலர் அலறி அடித்துக் கொண்டு எழுந்தார்கள். சிலர் தங்கள் கனவுகள் எண்ணங்கள் சிதறுவதை உணர்ந்தார்கள். குடித்து விட்டு போதையில் இருந்தோரின் மனநிலை பாதிக்கப்பட்டது. நரம்பு தளர்ச்சி பாதிப்பு உள்ளவர்கள் சாமி வந்தது போல ஆடினார்கள்.

ஏலியன் எ.ஜயும் ஆவிகளும் இணைந்து கண்களுக்கு தெரியாத சூஷ்மமான அந்த பந்து பெரிதாகிக் கொண்டே போனது.

அதனுள் சில ஆவிகள் சேர்ந்து சக்தி வாய்ந்தவர்களாக மாறினார். பேயாக உருவம் எடுத்து மற்ற ஆவிகளைப் பயமுறுத்தினர்.

சிலர் அந்த எ.ஜயைப் பயன்படுத்தி மனிதனின் மனதிற்குள் எண்ணங்களுக்குள் ஊடுருவ முயற்சித்தனர். மனிதர்களில் சிலருக்கு எண்ண சிதறல்கள், குழப்பங்கள் ஏற்பட்டது. சிலர் தெருவில் அங்கும், இங்கும் ஓடினர்.

வாகனங்களை வேகமாக ஓட்டி விபத்துக்குள்ளாகினர்.

சைதன்யா, அந்த பந்து பெரிதாகி கொண்டே போவதையும், தானும், சஞ்சயாவின் எண்ணங்களும் அதில் மாட்டிக்கொண்டு இருப்பதையும் உணர்ந்தாள்.

சஞ்சயாவின் எண்ணங்களைத் தன் வசம் வைத்து மறுபடியும் சஞ்சயா உடலுக்குள் செல்லவும், பந்திலிருந்து வெளிவரவும் முயற்சித்தாள். ஆவிகள் ஒன்று சேர்ந்து தடுத்தது. சைதன்யா டெலிஸ் சக்தியை பயன்படுத்த தயாரானாள்.

இதற்கிடையே கோமாவில் இருக்கும் நடிகை மாயாவின் எண்ணங்களும் பந்திற்குள் சுற்றிக் கொண்டிருப்பதை பார்த்த சஞ்சயாவும், சைதன்யாவும் அவளை தன் பக்கம் இழுத்து ஒரு அணியாக செயல்பட முடிவெடுத்தனர்.

சைதன்யாவிற்கு, மாயா கடந்து வந்த பாதை, அவளுடைய ஜென்ம தொடர்ச்சி ஒன்று டெலிஸ் லேண்டில் ரங்கநாயகியாக இருப்பது புரிந்தது.

ஆவிகள் குழுக்களாகச் சேர்ந்து, மனிதனின் சிதைந்து கிடைக்கும் கனவுகளை ஒன்று சேர்த்து, அவர்கள் ஆசைகளுக்கு ஏற்றார் போல் வீடு சுற்றுச்சூழல் அமைத்து வாழத்தொடங்கினர்.

சிலர் அந்த கனவுகளை ஒன்றிணைத்து நாட்டையே உருவாக்கினர், நாட்டைக் கட்டி ராஜாங்கம் அமைத்து அரசாங்கமே நடத்தினர்.

சில ஆவிகள், நமக்கு நல்லதோர் வாழ்க்கை கிடைத்தது என்று சந்தோஷப்பட்டனர், சில ஆவிகள் குழம்பிபோயின. சில போதை ஆவிகள் அந்த கனவுகளை இணைத்து விதவிதமான மது பானங்களை உருவாக்கி குடிக்கச் சென்றனர்.

சிலர் பணத்தை மழை போல் உருவாக்கி நனைந்து கொண்டிருந்தனர்.. காமம், காதல், க்ரோதம் என எல்லா கூத்துக்களும் அரங்கேறிக் கொண்டிருந்தது.

சிலர் புதிய கதைகள் உருவாக்கி அரங்கம் அமைத்து ஆடல், பாடல் என ஆடிக் கொண்டிருந்தனர். அதை சில ஆவிகள் கைதட்டி ஆரவாரம் செய்து கொண்டிருந்தார்கள்.

அந்த குழுவை பார்த்த நடிகை மாயா அவர்களோடு இணைய முயற்சி செய்தாள்.

"மாயா இது மொத்தமும் மாயை... நிஜம் இல்லை" என்றாள் சைதன்யா.

கோமாவில் இருக்கும் மாயாவின் எண்ணங்களுக்கு இது புரியவில்லை.

"எப்படி மாயைன்னு சொல்றீங்க, நம்ப முன்னாடி அரங்கம் இருக்கு ஆடுறாங்க,

பாடுறாங்க, எல்லாமே இருக்கே, நான் அங்கே போறேன்.."

"நில்லு! எல்லாம் இருக்கு ஆனா, நிஜம் இல்லை, நிரந்தரம் இல்லை. மனிதனின் கனவுகளை ஒன்றிணைத்து, இந்த அல்ப ஆவிகள் அது உண்மைன்னு நம்பி கூத்தடிச்சுட்டு இருக்காங்க, இது கலைஞ்சிடும் மாறிடும்... "

"இல்ல, நீங்க பொய் சொல்றீங்க... அப்படியே மாறினாலும் மாறட்டும்.. இந்தக் கூஷணம் ஆடல், பாடல், நல்ல இருக்கு" தானும் ஒரு மது பாட்டிலை உருவாக்கிக் குடிக்க ஆரம்பித்தாள், கட்டு கட்டான பணத்தை எடுத்து மேலே வீசினாள்.

"மாயா... நீ கோமா வுல இருக்க உன் நினைவுகள் இந்த மாயாவுலகில சிக்கிக் கொண்டிருக்கு... நம்ம எல்லாம் மாட்டிக் கொண்டு இருக்கோம்.. "என்று கத்தினாள் சஞ்சயா..

அதை பொருட்படுத்தாத மாயா தொடர்ந்தாள்...

"இந்த உலகத்த பார், உனக்கு எல்லாமே கிடைக்கும்" கைச் சொடுக்கினாள். கனவில் இருந்து எடுத்து தனக்கு வேண்டியதை போல் ஒரு வீட்டை உருவாக்கினாள்.

"கார், பணம் எல்லாம் இருக்கு, இப்ப பார் அர்ஜுன்கிருஷ்ணாவை வர வைக்கிறேன்" என்று அந்த கனவுலகில் அர்ஜுன்கிருஷ்ணாவை

வரவைத்து நடனமாடினாள். வேறு ஒரு ஆவி வந்து அந்த நடனத்தில் இணைய முற்பட்டதும் சண்டைக்குப் போனாள்.

இவளுக்கு எப்படி இதை புரிய வைப்பது என்று தெரியாமல் குழம்பி போனாள் சஞ்சயா.

சைதன்யா, மாயாவின் சண்டையைத் தடுத்து நிறுத்தி

"நீ யாரு! உன் எதார்த்தம் என்னனு உணர்ந்தேன்னா! இது மாயை அப்டினு உனக்குத் தெரிஞ்சுடும்" என்று கூறினாள் சைதன்யா..

சைதன்யா கூறியதை கேட்டதும், உடனே சஞ்சயாவிற்கு ஜே.ஜே வின் போராட்டம் நினைவுக்கு வந்தது.

"ஒளி உலக மக்களும் இப்படித் தானே தான் யார்? என்று தெரியாமல் வேதனையில் இருக்கிறார்கள்" என்று கேட்டாள் சஞ்சயா.

"மக்களின் சந்தோஷத்திற்க்காக தானே செய்தோம்" என்றாள் சைதன்யா.

"இங்கும் சில பேர் சந்தோஷமா தானே இருக்காங்க. சில பேர் சந்தோஷமாக இருப்பதற்குப பல பேர் கஷ்டப்படுவதா, இது என்ன நியாயம்?" என்றாள் சஞ்சயா.

"டெலிஸ் மக்கள் நிஜம், ஒளி உலகம் செயற்கை.. மாயை" என்று கூறிய சைதன்யா, சுற்றிப் பார்த்தாள், ஏதோ ஒன்று உணர்ந்தாள்.

ஆமாம்! இதுவும் மாயை தான் என்று உணர்ந்தாள் சைதன்யா.

"இங்க எல்லாமே இருக்கே! இங்கேயே இருந்திடலாமா.. நீங்க மாயாவிற்கு சொல்ற அறிவுரை.. ஒளி உலக மக்களுக்கும் பொருந்தும்.. நாங்க சினிமா எடுக்கறோம், எங்க உயிர, சக்தியைக் கொடுத்து வேலை செய்யறோம். இரவு, பகலா நடிகர்கள், நடிக்கிறாங்க.. அது சினிமான்னு தெரிஞ்சு தான் பண்றாங்க, உணர்வுல உணர்ந்து தான் நடிக்கறாங்க.

அது தெரியாதவங்க மாயா மாதிரி சில பேர் அந்த கதாபாத்திரத்தில இருக்கற மாயைக்குள்ளே மாட்டிக்குறாங்க" என்று சஞ்சயா கூறியதும்.

சைதன்யா எண்ணம் நிலைகுலைந்து, குற்ற உணர்வு ஆக்கிரமித்தது. தான் படைத்தவள், கல்ப பிரம்மாக்கள் என்ற ஆணவத்தில் கண்கள் (உண்மை) மறைந்தது தெரிந்தது...

சைதன்யாவிற்கு, சஞ்சயா குருவாகத் தெரிந்தாள்.

இதற்கிடையே நடிகை மாயாவிடம் சண்டை போட்டு சென்ற ஆவி ஒரு குழுவோடு வந்து...

நடிகை மாயாவையும், இவர்களையும் தாக்க முற்பட்டது.

சைதன்யா கோபமாக..."இந்த மாயையை மொதல்ல எதிர்கொள்வோம் இந்த கனவு உலகத்தை வைத்தே இதை அழிக்கிறேன்" என்று ஒரு வட்டம் போட்டு அதிலிருந்து ஒரு டெலிஸ் ஏவுகணை எடுத்து அந்த எ.ஐ யின் நடுபகுதியைத் தாக்கினாள். அது அந்த சமயத்திற்கு மட்டுமே தாக்கப்பட்டு சிதறி மறுபடியும் சேர்ந்தது. இதை பார்த்த சில ஆவிகளின் கூட்டம், தங்கள் வாழ்வாதாரத்திற்கு ஆதாரமாக இருக்கும் எலியன்களை அழிப்பவர்களை எதிர்க்க முற்பட்டனர்.

சைதன்யாவின் பக்கம் சில ஆவிகள் சேர்ந்தனர். தன் சந்தோஷத்துக்குத் துரோகம் செய்வதாக நினைத்து நடிகை மாயா எதிர் அணிக்கு சென்றாள். அங்கிருப்பவர்களை ஒருங்கிணைத்து, தலைமைத் தாங்க, கனவுலகில் வாள், கேடயம் எல்லாம் உருவாக்கி பெரிய குழுவாக சைதன்யாவின் அணியைத் தாக்க வந்தனர்.

அர்த்தமற்ற சண்டை என சைதன்யாவிற்கு தோன்றியது; இது போல பல சண்டைகள் ஒளி உலகத்தில் உருவாக்கினதும், அதை டெலிஸ் லேண்ட் மக்கள் கண்டு ரசித்தும், அதை பார்த்து தான் பெரிய விஷயம் சாதித்தாகவும், பெரிய

படைப்பாளி என பெருமிதம் கொண்டதும் நினைவிற்கு வந்தது. அங்கு டெலிஸ் மக்கள் அந்த கூத்தை பார்த்தார்கள். இந்த சண்டை யாருக்காக? என்று தோன்றியது.

குடித்து விட்டு ஒருவன் ரோட்டில் விழுந்து கிடந்தான்... அவன் கனவில் யாரோ இரண்டு குழுக்கள் சண்டை போடுவது போல் இருந்தது..

பெரிய வாள் கொண்டு நடிகை மாயா, சஞ்சயாவைத் தாக்கினாள். கேடயம் கொண்டு அதைத் தடுத்தாள் சஞ்சயா... தான் முதல் முதலில் மாயாவை, வித்யா என்ற பெயரில் திருவண்ணாமலையில் சந்தித்ததும், ஒரு நடிகையாகக் கண்டெடுத்து படிப்படியாக அவளைச் செதுக்கி உருவாக்கியதும் நினைவிற்கு வந்தது.

"மாயா... நான் உன்னைப் படைத்தவள்" என்று வாளைக் கேடயத்தில் தடுத்த படி கூறினாள்.

"படைக்கப்பட்ட பொருள் படைத்தவனுக்குக் கட்டுப்பட வேண்டுமா என்ன? அப்படிக் கட்டுப்பட்டு இருந்தால், அது அடிமைத்தனம், சுதந்திரம் இல்லாத படைப்பை ஏன் படைத்தாய்? என்று வாளைச் சுழற்றினாள் மாயா.

சஞ்சயாவின் எண்ணங்கள் சற்று சிதறியது...

இரு தரப்பினரிடையே பலத்த போர் நடந்து கொண்டிருந்தது, சில ஆவிகள் இதில் இருந்து தப்பி

சென்று எதோ சண்டை நடந்து கொண்டிருக்கிறது என்று பார்த்துக் கொண்டிருந்தது.

மாயாவின் பக்கம் உள்ள ஆவிகள் அசுரத்தன்மை கொண்ட ஆவியாக இருந்தனர். பேய், பிசாசு, பூதங்களை உருவகம் செய்து சைதன்யா அணியைத் தாக்கினர்.

பதிலுக்குச் சஞ்சயாவோ சூப்பர் ஹீரோக்கள் பிம்பத்தை உருவாக்கித் தாக்கினாள். சைதன்யாவோ டெலிஸ் டெக்னாலஜியின் கதிர் வீச்சைச் செலுத்தினாள். அது ஆவிகளின் சக்தியைச் சிதற செய்தது. மறுபடியும் அந்த பூதங்கள் ஒன்று சேர்ந்தது. எதிர்தரப்பினர் கூட்டம் அதிகம் என்பதால் சமாளிப்பது கடினமாகவே இருந்தது.

பேய், பூதங்கள் நெருப்பு சங்கிலியை உருவாக்கி சைதன்யாவின் அணியை நகர முடியமால் கட்டிப் போட்டது. இன்னும் சற்று நேரத்தில் எல்லா எண்ணங்களையும் சிதறடித்து மறுபடியும் ஒன்று சேர விடாமல் அவைகளைத் அழிக்கும் நோக்கில் இருந்தனர் அந்தப் பூதங்கள்.

சைதன்யா அணியின் அனைத்து முயற்சியும் தோல்வி அடைந்தது. சைதன்யா, தன் தாய் மித்ராவை நினைத்துக் கொண்டாள். ஏனோ தெரியவில்லை ஜே.ஜே வின் நினைப்பும் கூடவே வந்தது.

ஒரு பெரிய கதிர் வீச்சு அந்த நெருப்பு சங்கலியை உடைத்து, பேய் பூதங்களைத் தள்ளியது.. எதிர்காலத்தில் இருந்து காலப்பயணம் செய்து வந்த ஜே.ஜே. சைதன்யாவின் அணியில் இணைந்தார்.

சைதன்யாவிற்கு ஆச்சரியமாக இருந்தது... காலப்பயணம் செய்து ஜே.ஜே இங்கு வருவார் என்று எதிர்பார்க்கவே இல்லை.

கூஷண பொழுதில் சைதன்யா எண்ணங்களில் ஊடுருவி, நடந்த அத்தனை நிகழ்வுகளையும் புரிந்து கொண்ட ஜே.ஜே.

"நானும் விஞ்ஞானி தான் சைதன்யா.. என்கிட்டயேயும் கண்டு பிடிப்புக்கள் இருக்கு..."

"திங்க் ஆப் தி டெவில் (Think of the devil) நினைச்சா உடனே வந்துட்டே" என்றாள் சைதன்யா.

"தேங்க்ஸ் பார்த் திங்கிங் தி டெவில் (Thanks for thinking the devil)".

"எதிர் அணியின் சக்தி கூடிகிட்டே போகுது.. நம்ம டெக்னாலஜி வச்சு கொஞ்ச நேரம் தான் சமாளிக்க முடியும்" என்று கூறிக்கொண்டே, மாயாவைத் தன் பக்கம் இழுக்க முயன்றார் ஜே.ஜே.

மாயா எதிர்த்தாள்....

"மாயா இந்த பக்கம் வா... நாங்க எதிர்காலத்தில இருந்து வந்திருக்கிறோம் எதிர்காலத்தில நான் தான் உன் வளர்ப்பு தந்தை ஜே.ஜே.. உன் பேரு ரங்கநாயகி"

எதையும் கேட்காத நிலையில் இருந்த மாயா.. ஒரு பெரிய பூதத்தை ஏவி விட்டாள்.

நிலைக் குலைந்து எண்ணங்கள் சிதற தடுமாறினார் ஜே.ஜே.. மீண்டு வருவதற்குள் இரண்டு மூன்று ஆவிகள் பிடித்துக் கொண்டனர்.

எதிர் அணியினர் ஒரு பெரிய நெருப்பு கூண்டை உருவாக்கி எல்லோரையும் சிறைப் பிடித்தனர்.

சைதன்யா, ஜே.ஜே அணியினர், பூதங்கள் மற்றும் ஆவிகளின் கட்டுப்பாட்டில் இருந்ததால் ஏதும் செய்ய முடியவில்லை. இன்னும் சில நொடிகளில் அவர்கள் எண்ணங்கள் சிதறி தங்களுடைய அடையாளத்தை இழக்கும் தருவாயில்...

ஒரு பலத்த சங்கு ஒலி கேட்டது... சூஷ்ம உடலில் பெரியவரும் விஷ்வாவும் தோன்றினார்கள்.

அவர்கள் அங்கு வந்தவுடன் பேய்களும், பூதங்களும் சற்று விலகின..

பெரியவர் கையில் இருந்த கொம்பை நீட்டினார். அதில் இருந்து வந்த ஒரு சக்தி,

மின்னல் வேகத்தில் அந்த நெருப்பு கூண்டைத் தாக்கி சைதன்யா, ஜே.ஜே அணியை விடுவித்தது.

விஷ்வா மந்திரங்கள் கூறியபடியே கையில் ஒரு சக்தி பந்தை உருவாக்கி எதிர் அணி ஆவிகளிடம் ஏவி விட்டார். அந்த பந்து பல மடங்கு பெருகி பேய்களை பூதங்களை தாக்கியது.

பெரியவர் ஒரு உடுக்கை ஒன்றை உருவாக்கி அடிக்க ஆரம்பித்தார்.. உடுக்கைச் சத்தம் கேட்டதும் ஆவிகள் தெறித்து ஓடியது. கனவு உலகம் சிதற தொடங்கியது... கனவு உலகத்தினால் ஆக்கப்பட்ட பேய்களும், பூதங்களும், மறைந்தனர்.

அவைகளிடம் இருந்து விடுவிக்கபட்ட அந்த ஏலியன் எ.ஐ எதிர்காலத்தை நோக்கி புறப்பட்டது.

மாயா தனித்து நின்று கொண்டிருந்தாள்.. அவளிடம் இருந்த மாயை விலகியது சைதன்யாவின் பக்கம் நின்று கொண்டிருந்த ஆவிகளும் ஓடின.

பெரியவரை பார்த்ததும், சைதன்யாவிற்கு தான் கல்பபிரம்மாவின் தலைச் சிறந்த விஞ்ஞானி என்ற ஆணவம் சுக்குநூறானது..

தான் கண்டுபிடித்ததாக நினைத்த காலப்பயணம்,

டெலிசும், கூடு விட்டு கூடு பாய்தலும், இவர் முன் ஒன்றுமே இல்லை என்று தெரிந்தது.

மாயா மற்றும் சஞ்சயாவின் எண்ணங்களை அவரவர் உடலுக்குத் திருப்பி விட்டு, சைதன்யாவையும், ஜே.ஜே வையும் பார்த்து,

"உங்கள் எதிர்காலத்திற்குச் செல்லுங்கள் "என்று கூறி மறைந்தார்.

மருத்துவமனையில் நடிகை மாயா கோமாவில் இருந்து மீண்டும் லேசாகக் கண் திறந்தாள்.

சஞ்சயாவும் அவர் வீட்டில் கண் விழித்துச் சுற்றும் முற்றும் பார்த்தாள். உடனே வெளியே வந்து செடி, மரம் எல்லாவற்றையும் பார்த்தாள், எந்த விதமான ஒளி பட்டாம்பூச்சியும் தென்பட வில்லை.

"அப்பா நான் இயல்பு நிலைக்குத் திரும்பிட்டேன்.. என் மனசு, எண்ணங்கள் எல்லாம் அமைதியா தெளிவா இருக்கு... தேங்க்ஸ் டு சைதன்யா... தேங்க்ஸ் டு பெரியவர் "என்று வானத்தைப் பார்த்து கூறி ஆனந்த கண்ணீர் விட்டாள்.

எதிர்காலம்

சைதன்யாவும், ஜே.ஜே வும் எதிர்காலத்திற்கு ஒன்றாகப் பயணம் செய்தனர்.

அப்போது தான் கடந்த கால பயணம் தொடங்குவதற்கு முன் பிளான் ஏ செயல்படுத்தியதாகவும், அது என்ன என்பதைப் பற்றி ஜே.ஜே விளக்கினார். சைதன்யாவும் கேட்டாள். ஆரம்பத்தில் கோபமடைந்த சைதன்யா காரண காரியம் இன்றி எதுவும் நடக்காது என்பதை உணர்ந்து சுதாரித்துக் கொண்டாள்.

இவர்கள் கால பயணம் செய்து டெலிஸ் லேண்ட் போவதற்குள், ஜே.ஜே வின் பிளான் ஏ செயல் பாடு நிகழ்ந்து கொண்டிருந்தது.

அதாவது ஜே.ஜே வின் கண்டுப்பிடிப்பான ரிவர்ஸ் எபக்ட் (Reverse Effect) ஒளி உலகை, பூமியோடு சில நிமிடங்கள் இணைப்பது, அப்போது ஒளி உலக மக்கள் தங்களை படைத்தவர்களான கல்ப பிரம்மாக்களை சந்திப்பது.

ஒளி உலகில் அதிர்வலைகள் ஏற்பட்டது. ஒளி உலக மக்களுக்கு எதனுடனோ கலப்பது தெரிந்தது.

உலக மக்களுக்கும், மற்ற நாட்டினருக்கும், டெலிஸ் லேண்ட் உருவாக்கிய ஒளி உலகம் பூமியோடு கலப்பது பதற்றத்தையும், அதிர்ச்சியையும் ஏற்படுத்தியது. மக்கள் வீடுகளில் இருந்து வெளியே ஓடினர். சில பேர் அந்தக் காட்சியை படம் பிடித்தனர்.

அந்த ஒளி உலகம் மெதுவாக பூமியோடு வந்து இணைந்து முழுவதுமாய் ஆக்ரமித்தது. பூமியில் இருப்பவர்களுக்கு ஒரு 3டி திரை தன் கண் முன்னே இருந்தால் எப்படி இருக்குமோ, பூமி முழுவதும் அப்படி இருந்தது.

வீடுகளுக்குள் கடலும், மீன்களும் ஓடிக் கொண்டிருந்தது. கடலிருக்கும் இடத்தில் மலைகளும், நிலங்களும், படர்ந்து இருந்தது. மற்ற நாட்டு மக்கள் அதைக் கண்டு அஞ்சினர்.

திடீர் என்று ஒரு வீட்டிற்குள் டிஜிட்டல் மலைத் தென்படுவதும், அங்கு குழுவாக சில ஒளி வடிவ மக்கள் விசித்திரமாக இவர்களை பார்த்துக் கொண்டிருப்பது பயத்தையும் அதே சமயம், தங்கள் சுதந்திரம் பறிபோனதாகவும் உணர்ந்தனர்.

ஏனென்றால், இந்த ஒளி உலகம் பூமியில் கலந்ததில் இயற்கை உபாதைக்கு கூட மனிதர்கள் செல்ல முடியாது. அங்கேயும் கூட ஒளி மனிதர்கள் உலாவிக் கொண்டிருப்பார்கள். பல நாடுகள் டெலிஸ் லேண்டிற்குக் கண்டனம் தெரிவித்தது. சிலர் போர் தொடுக்கவும் தயாரானார்கள்.

டெலிஸ் மக்களுக்கு, ஒளி உலகையும் அதன் ஒளி மனிதர்களையும் தள்ளி நின்று, தூரத்தில் இருந்து, ஒரு பார்வையாளர்களாக டெலிஸ் மனத் திரையில் பார்த்தவரைக்கும் மகிழ்ச்சியாக இருந்தவர்கள், இப்போது கண்முன்னே மிக நெருங்கிப் பார்க்கும் போது ஒரு வித பதற்றம் ஏற்பட்டது, அசௌகரியமாக இருந்தது.

ஒளி உலக மக்கள், இந்த உலகையும் தங்களைப் படைத்தவரைகளையும் விசித்திரமாகப் பார்த்துக் கொண்டிருந்தார்கள்.

சில பேர் படைத்தவர்களை பார்த்துக் கோபப்பட்டார்கள். சில பேர் மகிழ்ந்தார்கள். சிலர் எந்த ஒரு சிந்தனையும் இன்றி வெறுமையில் பார்த்துக் கொண்டிருந்தார்கள். சிலர் சண்டைக்கு தயாரானார்கள், தங்களை தற்காத்து கொள்ள முயன்றார்கள். சிலர் மறைவிடம் தேடி ஓடி ஒளிந்தனர்.

இப்போது அந்த ஒளி உலகம், கல்பபிரம்மா கட்டுப்பாட்டில் இல்லை. ரிவர்ஸ் எபக்ட்

(Reverse effect) மூலம் தானாக செயல்பட்டு கொண்டிருந்தது.

அதன் விளைவாக ஒளி மக்களுக்குத் தங்கள் பூர்வீகமும், பூமியில் இருந்து தான் நினைவுகளாக வந்திருக்கிறோம் என்றும் உணர்ந்தனர்.

சைதன்யாவும், ஜே.ஜே வின் குழுவும் ஒன்றாக இருந்தனர். அவர்கள் எதிரே ஒளி உலகத்தின் ஒரு சிறு குன்று...

பெரியவர் மௌனமாக அமர்ந்திருந்தார். அருகில் பிரஹஸ் குழந்தையுடன், ஒளி உலக மக்களுடன் ஒன்றாகக் கூடி இருந்தனர்.

வெகு நேரம் மௌனம் நிலவியது.

பெரியவர் பிரஹஸை பார்த்துக் கேட்டார்.

"படைத்தவர்கள் உன் கண் முன்னே.. உன் எதிரே இருக்கிறார்கள்... ஏதாவது கேள்வி இருக்கிறதா? "

ஒளி உலகம் பூமி யோடு இணைந்ததில்... தான் யார்!, எங்கிருந்து வந்தோம் என்று உணர்ந்த பிரஹஸ், தான் இருந்த நிலைக்குத் தானே காரணம் என்று உணர்ந்தான்.

தன்னை ஒளி உலகத்தில் படைத்த ஜே.ஜே வைப் பார்த்தான்.

"இந்த உலகில் உயிரோடு இருந்த வரை நான் ஜே.ஜே. வின் தந்தை (ஜே.ஜே. வைப்

படைத்தவன்), மரணத்திற்குப் பின் என் ஆசை நிறைவேற்ற, ஒளி உலகில் ஜே.ஜே. என்னைப் படைத்திருக்கிறான்" என்ன ஒரு விசித்திரம்.

எந்த கேள்வியும் இல்லை என்று தலையசைத்தான்.

சைதன்யாவிற்கு ஒன்று தோன்றியது.

"படைத்தவனும், படைக்கப்பட்டவனும், சந்திக்கும் தருணம் ஒரு அற்புதமான நிகழ்வு"

சற்று நேரம் மௌனம் நிலவியது.

ரிவேர்ஸ் எபக்ட் (Reverse effect) நேரம் முடிந்து ஒளி உலகம் பூமியில் இருந்து பிரிந்து செல்லத் தொடங்கியது. பூமியில் இருந்து மக்கள் அது பிரிந்து செல்வதை பார்த்துக் கொண்டிருந்தார்கள். சற்று தொலைவில் சென்ற பின்.. கடந்த காலத்திலிருந்து வந்த கோளாறு ஏலியன் எ.ஐ. அதனோடு மோதி ஏலியன் எ.ஐ யும், ஒளி உலகமும் மறைந்து போனது.

டெலிஸ் மக்கள் கண்ணீர் மல்க பார்த்துக் கொண்டிருந்தார்கள்.

சைதன்யாவும், ஜே.ஜே வும் கனத்த இதயத்துடன் இருந்தனர்..

ஸூக்ஷ்மமான உடலில் அந்த பெரியவரும், விஷ்வாவும் அங்கு இருந்து அதை பார்த்தனர்.

ஒளி உலகம் இருந்த இடத்தில வெற்றிடம் இருந்தது. பல வருட உழைப்பு, கதை, கதாபாத்திரங்கள் சில நொடியில் மறைந்து போனது.

சில மணி நேரம் கழித்து ஏலியன்களிடம் இருந்து செய்தி வந்தது.

"கோளாறான எ.ஐ எதன் மீதோ மோதி முற்றிலும் அழிக்கப்பட்டது. ஆராய்ச்சி தவறுதலுக்கு மன்னிக்கவும்" என்று

புதிதான ஒரு தொடக்கத்திற்கு, இது நடந்து இருக்கக்கூடும் என்று சைதன்யாவிற்குத் தோன்றியது.

ஒரு முடிவெடுத்து, டெலிஸ் மக்களுக்கு ஒரு செய்தி அறிவித்தாள் சைதன்யா

"இன்னும் ஏழு தினங்களில் ஒளி உலகம் மீண்டும் நிறுவப்படும்..

இம்முறை ஒளி உலக மக்கள் தான் யார் என்பதை உணர்ந்து நடிகர்களாக நடிப்பார்கள்.

அதே போல் டெலிஸ் லேண்டில் பிரம்மாண்டமான திரையரங்கம் ஒன்று கட்டி படங்கள் திரையிடப்படும், முதல் படமாக ரங்கநாயகியும், அக்ஷய்காந்த் நடிப்பிலும், ஜே.ஜே இயக்கத்தில் வெளியிடப் படும்"

என்ற அறிவிப்பு டெலிஸ் திரையில் சென்று கொண்டே இருந்தது.

இன்னும் அதிர்ச்சியில் இருந்து வெளிவராத டெலிஸ் மக்கள், அந்த செய்தி பார்த்து மகிழ்ந்தனர்.

இந்த பிரபஞ்சத்தில் பல நிகழ்வுகள் நடந்து கொண்டிருந்தது..

சஞ்சயா தனக்கு நிகழ்ந்த அனுபவத்தைக் கதை, திரைக்கதை அமைத்து படம் எடுப்பதற்காகத் தயாரிப்பாளரை தேடி அலைந்து கொண்டிருந்தாள்.

"ஏம்மா... ஏதோ காலப்பயணம்னு சொல்றே... ஒளி உலகம், ஒளி மக்கள் அது இதுனு சொல்றே.. உன்னோட முதல் படமே பெரிய பட்ஜெட் படமா கொண்டுவர, சின்ன கதையா கொண்டுவாம்மா"என்ற பதிலை பல தடவைக் கேட்டாகி விட்டது.

சகாதேவன் தனக்குத் தெரிந்த அறிவியல் ஆராய்ச்சி ஆர்வலர்களைப் பார்த்து நடந்த விஷயங்களைக் கூற, யாரும் புரிந்து கொண்டது போல் தெரியவில்லை.

"சகாதேவன்! நீங்க ஒரு மனநல மருத்துவர், எழுத்தாளரும் கூட... சில நேரங்கள்ல உங்கள மாதிரி மருத்துவருக்கு ஒரு பிரேக் தேவைப்படுது.

ஏன் நீங்க கொஞ்சம் ஓய்வு எடுக்கக் கூடாது." என்று பல பேர் அறிவுறுத்தினார்கள்.

டைரக்டர் ஜோஷி வெங்கட், நிறைய கேள்விகளுடன், பெரியவரை காண திருவண்ணாமலைக்குச் சென்றுகொண்டிருந்தார்.

நடிகை மாயா மீது அளித்த புகாரை நிபந்தனையுடன் திரும்ப பெற்றுக் கொண்டார், அர்ஜுன்கிருஷ்ணாவின் தந்தை. இனி மேல் படத்தில் ஒன்றாகச் சேர்ந்து நடிக்கக் கூடாது என்றும், அது மட்டும் இல்லாமல் அர்ஜுன்கிருஷ்ணாவிற்கு வேறு ஒரு பெண்ணோடு நிச்சயம் செய்யப்பட்டது. விரைவில் திருமணம் செய்ய ஏற்பாடுகள் நடந்து கொண்டிருந்தது.

நடிகை மாயா.. தனது வீட்டின் முதல் மாடியில் பால்கனியில் இருந்து கடலைப் பார்த்துக் கொண்டிருந்தாள். அருகில் மேனேஜர் பானுவும் இருந்தாள்.

"என்ன மேடம், அர்ஜுன் கிருஷ்ணாவின் கல்யாணம் அப்டினு அப்செட்டா இருக்கீங்களா?"

"இல்ல, நான் கோமாவில் இருந்தப்போ... நடந்த ஒரு நிகழ்வு, க்ஷண பொழுதுல பல ஜென்மத்தோட புரிதல் ஏற்படுத்தினார் பெரியவர். இந்த ஜென்மத்துல நான் அர்ஜுன் கிருஷ்ணாவைக் கல்யாணம் பண்ணல. ஆனா வேறு ஒரு ஜென்மத்துல நான் நடிகை இல்லாம

ஒரு நிறுவனத்தில் வேலை செஞ்சு காதலிச்சு கல்யாணம் பண்ணி குடும்பம் நடத்தி இருக்கோம். இன்னொரு ஜென்மத்துல நான் பையனா, அவர் பொண்ணா இருந்திருக்கா... பக்கத்து வீட்டு பையனா, நண்பனா, சொந்தங்களா எனக் சில ஜென்மங்கள் கடந்து இருக்கு.

நடிகர்கள் படத்திற்குப் படம் வேறு வேறு கதாபாத்திரங்களில் மாறி மாறி நடிப்பது போல பல பிறவிகள், பல கதாபாத்திரங்கள். எல்லாம் மாயை!! "

"அடுத்து என்ன மேடம்.. "என்றாள் பானு.

"சிறிது காலம் பிரேக்... எனது இந்த ஜென்ம பிறப்பிடமான திருவண்ணாமலைச் சென்று சிறிது காலம் ஓய்விற்குப் பிறகு, என்னை உணர்ந்து கதாபாத்திரங்களில் நடிக்கப்போறேன்."

எதிர்காலம்:

எதிர்காலத்தில் ரங்கநாயகியும் அக்ஷய்காந்தும், கதை, திரைக்கதை வேலைகளை விறுவிறுப்பாக டிஸ்கஷன் (discussion) செய்து கொண்டிருந்தார்கள். அருகில் ஜே.ஜேவும் சைதன்யாவும் இருந்தார்கள்.

"ஏலியன்ஸ் இருப்பிடத்தைக் கண்டுபிடிக்கும் முயற்சி டீம் செஞ்சுகிட்டு இருக்காங்க... மிக விரைவுல கண்டுபிடிச்சுருவோம். நீ இங்க

வேலைகளைப் பார் நான் போய் எலியன்களைப் பார்த்துட்டு வரேன் "என்றாள் சைதன்யா.

"இல்ல, இந்த படம் முடிச்சுட்டு நான் போறேன் "என்றார் ஜே.ஜே.

"நான் போறேன்..." சைதன்யா.

"சரி ரெண்டு பேரும் சேர்ந்து போகலாம்" என்று ஒருவருக்கொருவர் காதலோடு பார்த்து சிரித்துக் கொண்டனர்.

எழுபது வயதில் ஸாஹோ... மித்ராவிடம் காதலைச் சொல்ல தயாராகி கொண்டிருந்தார்.

நிகழ்காலம்:

நிகழ்காலத்தில், திருவண்ணாமலை மேல் ஒரு மரத்தின் கீழ் பெரியவர் அமர்ந்திருந்தார்.

அருகில் விஷ்வா... ஒரு பட்டாம்பூச்சியைப் பார்த்துக் கொண்டிருந்தார்.

"என்ன குருவே... மறுபடியும் பட்டாம்பூச்சியா.."

"ஒரு ஜென் கதை நினைவுக்கு வருது....

நேற்று ஒரு கனவு கண்டேன், அதில் நான் பட்டாம்பூச்சியாக இருப்பதாக... இப்போது இந்த பட்டாம்பூச்சி என்னைக் கனவு கண்டு கொண்டிருக்கிறதா? என்று யோசிக்கிறேன்".

குருவே...சஞ்சயாவையும், சைதன்யாவையும் மூவாயிரம் வருட இடைவெளியில் எப்படித்

தொடர்பு கொண்டார்கள், எத்தனையோ பிறவிகள், அது ஏன் மூவாயிரம் வருடம்?

"கேயாஸ் தியரி... பட்டர்பிளை எபெக்ட்", "ஏலியன் எதிர்காலத்தில் இருந்து, கடந்த காலத்திற்கு (மூவாயிரம் வருடம் முந்தைய காலத்திற்கு) அனுப்பிய சோதனை யோட்டத்தின் விளைவு".

"அப்போது நாம் இருப்பது கடந்த காலமா, எதிர்காலமா..?"

பெரியவர் சிரித்து கொண்டே... "எதிர்காலத்தவற்கு, கடந்தகாலம், கடந்தகாலத்தவற்கு எதிர்காலம்..., காலம் என்பது மனதில் உள்ளது... மனம் அற்ற நிலையில், எல்லா காலமும் ஒன்றே! இருப்பது அகண்ட உணர்வு ஒன்றே...."

"அப்போது இந்த இரண்டு காலகட்டமும் ஒன்றாக சேர்ந்தது, டைம் டிலேஷனா? (Time Dilation) சார்பு கோட்பாடு (Theory of Relativity) படி காலமும் வெளியும், விரிந்தோ, சுருங்கியோ இருப்பது இங்கே நடந்து இருக்கிறதா?

"மாயத்திரை... திரையில் ஒரு பிரபஞ்சத்தைக் காண்பது போல்... மாயை அறிவியலுக்கு அப்பாற்பட்டது.." என்றார் பெரியவர்.

"எப்படியோ எல்லாம் நல்லபடியாக முடிந்தது. அந்த கோளாறு ஏலியன் எ.ஐ யை

பிடித்து வைத்திருந்த ஆவிகளும் பூதங்களும் ஓடியது, ஆனால் அந்த ஒளி உலகம் அழிந்தது வருத்தமாக உள்ளது," என்று கூறி பேரும் மூச்சு விட்டார் விஷ்வா.

"ஹா ஹா ஹா! "பலத்த சிரிப்புடன்,"ஆரம்பத்திலிருந்து ஒரு முடிவு, முடிவிலிருந்து மறுபடியும் ஆரம்பமாகும், அதுதான் மாயை.." என்றார் பெரியவர்..

ஆச்சரியமாக பார்த்துக்கொண்டிருந்தார் விஷ்வா....

பெரியவர் தொடர்ந்தார்.... "இங்கிருந்து எதிர்காலத்திற்கு புறப்பட்ட அந்த கோளாறு ஏலியன் எ.ஐ யில், சில ஆவிகள் அதை தொற்றிக்கொண்டது. தக்க சமயம் வரும்போது அந்த எ.ஐ உடன் சேர்ந்து அதன் சக்திகள் பன்மடங்கு பெருகும்".

"அப்போது அந்த கோளாறு ஏலியன் எ.ஐ யும், ஒளி உலகமும் இடிந்து மறைந்து போனது?" என்று மிகுந்த ஆர்வத்துடன் கேட்டார் விஷ்வா...

"ஹா...ஹா... ஹா... மறைந்து போனது போல் தெரிந்தது...." என்றார் பெரியவர் பலத்த சிரிப்புடன்.

>>> ஒரு புதிய ஆரம்பம் >>>

ஆன்ரோமேடா கேலக்சி (Andromeda Galaxy) - நமது பால் வழி விண்மீன் (Milkyway Galaxy) யில் இருந்து சுமார் 2.5 மில்லியன் ஒளி ஆண்டுகள்.

அதில் உள்ள ஒரு கருந்துளை அருகில், இந்த கோளாறு ஏலியன் (எ.ஐ) யும், அதனுடன் சேர்ந்து ஒளி உலகமும் பந்து போல் சுற்றிக்கொண்டு இருந்தது.

ஒளி உலகத்தில் உள்ள மக்கள் அபார சக்திகள் (சூப்பர் பவர்) பெற்றதை உணர்ந்தார்கள்.

அதே சமயம், அந்த ஏலியன் எ.ஐ யில் தொற்றிக்கொண்டிருந்த, ஆவிகளும் வெளியே வந்தன... அதனுடைய சக்திகளும் பன் மடங்கு பெருகியது. ஒன்று பலவானது, பல பூதங்களையும், பேய்களையும் உருவாக்கியது.

அந்த ஒளி உலகத்தில் பெரியவர் கொம்பை நிலத்தில் தட்டி எழுந்து நின்றார். அருகில் பிரஹஸ்சும், அவன் கையில் ஆறு வயது பெண் குழந்தையும் இருந்தார்கள். ஒளி உலக மக்கள் ஒரு அணியாக ஒன்று

சேர்ந்தார்கள்.

ஒளி உலக மக்களின் இந்த ஒற்றுமையை கண்டு ஆனந்த கண்ணீர் விட்டான் பிரஹஸ்.

"என்ன பிரஹஸ், உன் எண்ணம் நிறைவேறியாச்சு போல இருக்கே. இதோ ஒளி உலக மக்கள் ஏற்ற, தாழ்வுகள் இன்றி ஒற்றுமையா இருக்காங்களே, உனது போராட்டம் வெற்றி பெற்றது, வாழ்த்துக்கள்" என்றார் ஒளி உலக பெரியவர்.

மிகுந்த உற்சாகத்துடனும், ஆனந்த கண்ணீருடனும் 'ஆம்' என்று தலையசைத்தான் பிரஹஸ்.

"தன்னை உணர்வது - பிரம்மத்தோடு இருப்பது. அதற்கு மாறாக இருப்பது பலவாக மாயையில் இருப்பது, எதிர் அணியில் உருவாகிக் கொண்டிருக்கும் பேய்களும், பூதங்களும் போல. ஒளி உலக மக்களே!. மாயையை வெல்ல தயாரா" என்று தீர்க்கமாக, சத்தமாக முழங்கினார் பெரியவர்.

"ஆம்... தயார்" என்று ஒற்றுமையாக கோஷம் செய்தனர்.

அவர்கள் சக்தி இன்னும் பெருகியது, எல்லோரும் சூப்பர் பவர்களை பெற்றிருந்தனர்..

அந்த ஆறு வயது பெண் குழந்தை கண்ணில் இருந்து நெருப்பு ஒளி பீறிட்டது..

எதிர் அணியில் அந்த பேய்களும், பூதங்களும்…. "இந்த ஒளி உலகம் எங்களுடையது… தாக்குங்கள்" என்று போர் முழக்கத்துடன் வந்து கொண்டிருந்தார்கள்.

>>> கல்ப பிரம்மா >>>

நிகழ்காலம்:

ஏதோ ஒரு திரையரங்கில் படக் காட்சி முடிந்து, அதுவரை ஓடிக் கொண்டிருந்த திரை சற்று நேரம் வெறுமையில் இருந்து....

சற்றும் நேரம் கழித்து அடுத்த காட்சிக்கு விளக்குகள் போடப்பட்டன.

ஏதோ ஒரு லோகத்தில் யாரோ ஷுஷ்மமாக தூங்கிக் கொண்டிருந்தார்.

அவர் தூக்கத்தில் கனவுகள் ஓடிக் கொண்டிருந்தது.

அவரைச் சந்திக்க ஒருவர் வந்தார். தூங்கிக் கொண்டிருந்தவரின் அருகில் இருந்த நபர், மெதுவாகச் சற்றும் தூரம் தள்ளி அவரை அழைத்துச் சென்று..

"இன்னும் ஆரம்பித்த கல்பம் முடியவில்லை.. முடிந்த பிறகு வாரும்" என்று அனுப்பி வைத்தார்.

ஒரு கிருத (சத்ய) யுகம் - 17,28,000 வருடங்கள்

ஒரு திரேதா யுகம்	-	12,96,000 வருடங்கள்
ஒரு துவாபர யுகம்	-	8,64,000 வருடங்கள்
ஒரு கலி யுகம்	-	4,32,000 வருடங்கள்
ஒரு மஹாயுகம்	-	43,20,000 வருடங்கள்

ஒரு மன்வந்த்ரா - 71 மகாயுக வருடத்தை கொண்டது (30,67,20,000) வருடங்கள்

ஒரு கல்பம் - 14 மன்வந்த்ரா (பிரம்மாவின் ஒரு நாள்)

இதுவரை 6 மன்வந்திராக்கள் கடந்து ஏழாவது மன்வந்த்ராவில் 27 மகா யுகங்கள் கடந்து சென்று கொண்டிருக்கிறது...

பயணங்களும், அனுபவங்களும், நம்மை நாம் உணர்ந்து தொடரட்டும்......

.... நன்றி ......

குறிப்பு:-

கோட்பாடாக உள்ள விஷயங்கள் கதையில் சேர்க்கப்பட்டுள்ளது, அதன் தரக்கத்தை (Logic) ஆராய வேண்டாம். கதையில் உள்ள தத்துவத்தை மட்டும் எடுத்துக்கொள்ளவும்.

படைக்கப்பட்டவனும் ஒரு சுழற்சியில் மாறிக்கொண்டே இருக்கிறான்.

படைத்தவனுக்கும் அவனுக்கு மேல் ஒரு படைத்தவன் சுழற்சியில் இருக்கிறான்.

இந்தக் கதாபாத்திரங்கள் மூலம் யார்ப் படைக்கப்பட்டவன், யார்ப் படைத்தவன் என்று சிந்தித்துப் பார்த்தால்........

தேடலை வாசகர்களிடமே விட்டு விடுகிறேன்....

நல்ல ஆன்மீகத் தத்துவ தேடல் தொடரட்டும்.....

———◆◆———

தங்கள் கருத்துக்களை பகிர என்னுடைய மின்னஞ்சல் முகவரி storyvenkat46@gmail.com